Hin Fullkomna Matreiðslubók Með Heitum Súkkulaðibombum

100 ljúffengar uppskriftir fyrir heimabakaðar súkkulaðikúlur til að fullnægja sætu tönninni

Guðlaug Eysteinsdottir

Höfundarréttarefni ©2023

Allur réttur áskilinn

Engan hluta þessarar bókar má nota eða senda á nokkurn hátt eða á nokkurn hátt án skriflegs samþykkis útgefanda og höfundarréttarhafa, nema stuttar tilvitnanir sem notaðar eru í umsögn. Þessi bók ætti ekki að koma í staðinn fyrir læknisfræðilega, lögfræðilega eða aðra faglega ráðgjöf.

EFNISYFIRLIT

EFNISYFIRLIT 3
KYNNING 7
   1. Matcha Heitt súkkulaðisprengjur 8
   2. Bómullarkonfekt súkkulaðisprengjur 10
   3. Graskerkrydd heitar súkkulaðisprengjur 12
   4. Heitar súkkulaðisprengjur 14
   5. Rainbow White Hin Fullkomna Matreiðslubók Með Heitum Súkkulaðibombum 16
   6. Marmarasúkkulaðiegg 18
   7. Rum Chata Hot Cocoa Bombs 20
   8. Kakósprengjur af sælgætisreyr 22
   9. Eldbolti heitar kakósprengjur 24
   10. Hjartalaga kakósprengjur 26
   11. S'mores Hot Cocoa Bombs 28
   12. Skellington Hot Cocoa Bombs 30
   13. Fruity Pebbles Heitar kakósprengjur 33
   14. Marshmallow súkkulaðisprengjur 36
   15. Cappuccino sprengjur 39
   16. Rjómalöguð kaffisprengjur 41
   17. Ljóshærð Mokka kaffisprengja 43
   18. Black Forest Kaffisprengja 45
   19. Kryddduð mexíkósk mokkasprengja 47
   20. Raspberry Frappuccino Bomb 49
   21. Skotheldar kaffisprengjur 51
   22. Augnablik appelsínu cappuccino 53
   23. Blóma tesprengja 55
   24. Tebomba með vanillusírópi 57
   25. Black Chai tesprengjur 59
   26. Sykurtesprengjur 61
   27. Rose Hips Green Tea Bomb 63
   28. Coconut Chai Spritzer Bomb 65
   29. Irish Crème Coffee Bombs Uppskrift 67

30. Ávaxtate Bomb 69
31. Earl Grey Tea Bombs 71
32. Sykurlausar tesprengjur 74
33. Litaðar heitar tesprengjur 76
34. Jurtatesprengjur 79
35. Kokteil-fizzer 82
36. Cosmopolitan Fizzy Bombs 84
37. Tequila Sunrise Fizzy Bombs 86
38. Strawberry Mimosa 88
39. Blóðug María 90
40. Margarita Töfrasprengja 92
41. Kókos Mojito 94
42. Piña Colada sprengja 96
43. Ananas Guava 98
44. Fizzy Spicy Beer Bomb 100
45. Bellini kinnalitur 102
46. Lavender Lush sprengja 104
47. Hangover Kolsprengja 106
48. Limoncello Fizzer 108
49. Gamaldags 110
50. Bubblegum sprengja 112
51. Afmæliskaka 114
52. Bee's knees 116
53. Berry Smash 118
54. Jarðarberjabasil Mojito 120
55. Greipaldin Crush 122
56. Peaches n' Cream Bombs 124
57. Bláberjasprengjur 127
58. Gúrka Mint Twist 130
59. Bómullarnammi glimmersprengjur 132
60. Koolaid sprengjur 134
61. Karamellu eplasprengjur 136
62. Candy floss sprengja 138

63. Azalea sprengja 140
64. Mango batida sprengja 142
65. Frost krækiberjasprengja 144
66. Blá hindberjabomba 146
67. Hindberjaappelsínubomba 148
68. Sítrónusprengja 150
69. Cosmo Bomb 152
70. Peacharita sprengja 154
71. Passion fellibylssprengja 156
72. Michelada sprengja 158
73. Zombie kokteilsprengja 160
74. Sazerac sprengja 162
75. Mangómúli 164
76. Citrus Fizz 166
77. Virgin gúrkusprengja 168
78. Ritual eplasprengja 170
79. Shirley Ginger 172
80. Vatnsmelóna Margarita 174
81. Berry Burlesque 176
82. Lavender límonaði 178
83. Rosemary Blueberry Smash 180
84. Kókos-, gúrku- og myntusprengja 182
85. Vatnsmelóna- og myntusprengja 184
86. Lemongrass & Jasmine bomba 186
87. Bláberjamojito 188
88. Virgin Paloma 190
89. Wildcat Cooler 192
90. Ananas engiferbjórsprengja 194
91. Seedlip Spice & Tonic 196
92. Ananas skósmiður 198
93. Tahítískt kaffi 200
94. Raspberry Bee's knees 202
95. Pina Serrano Margarita 204

96. Nopaloma sprengja 206
97. Revitalizer Bomb 208
98. Brennandi sprengja Arnold Palmer 210
99. Prosecco Rose 212
100. Ávaxtadrykkjarsprengjur 214
NIÐURSTAÐA 216

KYNNING

Ertu tilbúinn að láta undan nýjustu tilfinningunni taka heim eftirréttanna með stormi? Heitar súkkulaðisprengjur hafa verið að skjóta upp kollinum á samfélagsmiðlum og ekki að ástæðulausu: þær eru alveg ljúffengar! Þessar litlu góðgætiskúlur eru fylltar með heitu súkkulaðiblöndu, marshmallows og öðrum ljúffengum óvæntum sem springa upp þegar þú hellir heitri mjólk yfir þær, sem skapar decadent, rjómalöguð kakóbolla.

Í þessari Hin Fullkomna Matreiðslubók Með Heitum Súkkulaðibombum matreiðslubók finnur þú fjölbreytt úrval af uppskriftum fyrir alla smekk og tilefni. Hvort sem þú vilt frekar klassískt heitt kakóbragð eða vilt gera tilraunir með spennandi nýjar samsetningar eins og myntu, hnetusmjör eða jafnvel graskerskrydd, þá hefur þessi matreiðslubók náð þér í það.

Þú munt læra öll ráðin og brellurnar sem þú þarft til að búa til fullkomnar heitsúkkulaðisprengjur í hvert skipti, allt frá réttu mótunum til að nota til besta súkkulaðisins til að bræða. Heilldu vini þína og fjölskyldu með töfrandi skreyttum sprengjum, þar á meðal hönnun með hátíðarþema fyrir jól, hrekkjavöku og Valentínusardag.

Svo gríptu svuntuna þína og gerðu þig tilbúinn til að dekra við súkkulaðiævintýri með þessari Hin Fullkomna Matreiðslubók Með Heitum Súkkulaðibombum matreiðslubók!

Heitar súkkulaðisprengjur, heitt kakó, marshmallows, decadent, rjómalöguð, ljúffeng, uppskriftir, klassískt, nýjar samsetningar, mynta, hnetusmjör, graskerskrydd, ábendingar, brellur, mót, súkkulaði, skreyttar sprengjur, hönnun í hátíðarþema, jól, hrekkjavöku, Valentínusardagur, súkkulaði ævintýri..

1. Matcha heitar súkkulaðisprengjur

GERÐ: 6 sprengjur

HRÁEFNI:
MATCHA TRFFLES
- 1/4 bolli hvít súkkulaðibitar
- 1 matskeið þungur þeyttur rjómi
- 1/4 tsk matcha duft

HVÍT SÚKKULAÐI MATCHA SKEL
- 3/4 bolli hvít súkkulaðibitar
- 1 & 1/2 tsk matcha duft

BÚNAÐUR:
- Hálfkúlumót

LEIÐBEININGAR:
MATCHA TRFFLES
- ☑ Bræðið hvíta súkkulaðið, þeytta rjómann og matcha duftið saman í lítilli örbylgjuofnþolinni skál í 60 sekúndur.
- ☑ Lokið og kælið í ísskáp eða frysti í 30-45 mínútur, eða þar til það er alveg stíft.
- ☑ Takið út 1 teskeið í einu, rúllið og setjið á fat.

MATCHA SKILAR
- ☑ Blandið saman hvíta súkkulaðinu og matcha duftinu í meðalstórri blöndunarskál. Örbylgjuofn þar til bráðið.
- ☑ Þegar súkkulaðið er allt bráðið, setjið matskeið af því í hvert formhol.
- ☑ Dreifið súkkulaðiblöndunni meðfram hliðum hvers móts með bakinu á skeið.
- ☑ Frystið mótið í 15 mínútur eða þar til skeljarnar eru alveg stífar.

AÐ SETJA SAMSETNING
- ☑ Settu eina af tómu súkkulaðikúlunum á fat sem hefur verið hitað létt. Settu matcha-trufflurnar í það, eldaðu síðan seinni helminginn og taktu saman.
- ☑ Bræðið afganginn af hvíta súkkulaðinu í plastpoka og hellið því létt yfir matcha heitar súkkulaðibomsurnar.
- ☑ Geymið í kæli í loftþéttu íláti í allt að viku.

2. Bómullarkonfekt súkkulaðisprengjur

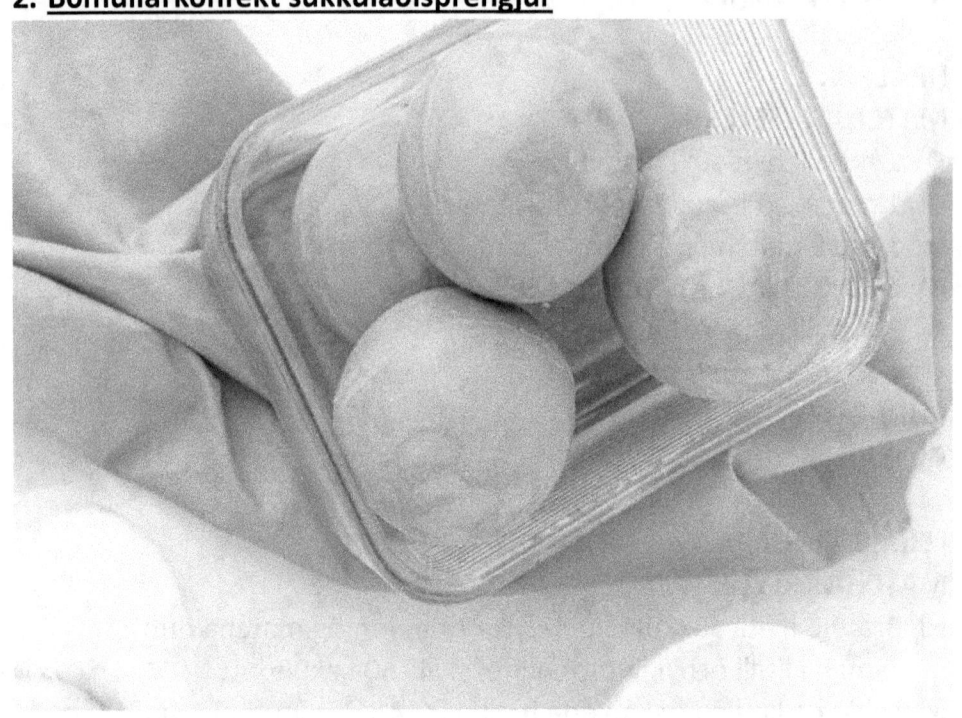

GERÐ: 5 sprengjur

HRÁEFNI:
- 6 matskeiðar jarðarberjamjólkurblanda
- 1 bolli af bleiku nammi bráðnar, brætt
- Bómullarkonfekt
- 1 bolli af bláu nammi bráðnar, brætt
- ½ bolli af litlum marshmallows

BÚNAÐUR:
- Silíkonmót

LEIÐBEININGAR:
- ☑ Fylltu hvert hálfkúluform með 1 matskeið af hverjum lit.
- ☑ Til að skapa marmaraútlit skaltu hræra litunum saman með bakinu á skeið og dreifa þeim jafnt um mótin.
- ☑ Setjið í kæli til að stífna í 8 mínútur.
- ☑ Takið kúlurnar varlega úr forminu þegar þær hafa storknað.
- ☑ Skeið 6 af kúlulaga helmingunum með 1 matskeið af jarðarberjamjólk.
- ☑ Ofan á, stráið smá nammi og nokkrum litlum marshmallows.
- ☑ Örbylgjuofnið lítið fat í 45 sekúndur til að forhita það.
- ☑ Einn af tómu kúluhelmingunum ætti að setja á plötuna í stuttan tíma til að bræða brúnirnar og búa til lím.
- ☑ Stilltu samsvarandi, fylltu hálfkúlu saman
- ☑ Sameina með 6 aura af heitri mjólk eða vatni til að þjóna.

3. Grasker krydd heitt súkkulaði sprengjur

GERÐ: 3 sprengjur

HRÁEFNI:
- 1 1/2 bollar hvítt nammi bráðnar, brætt
- 1/4 bolli appelsínu nammi bráðnar, brætt
- 3 pakkar Pumpkin Spice Hot Chocolate Mix
- 1/4 bolli Mini Marshmallows

BÚNAÐUR:
- Silíkon kúlumót

LEIÐBEININGAR
- Setjið eina og hálfa teskeið af súkkulaði í hverja kúlu.
- Með skeið eða pensli, sléttið og færið súkkulaðið í kringum mótið til að hylja það alveg.
- Settu það í kæliskáp í um það bil fimm mínútur.
- Þegar súkkulaðið hefur harðnað skaltu fjarlægja það varlega úr formunum.
- Bætið marshmallows við þrjú af súkkulaðinu eftir að heitu súkkulaðiblöndunni hefur verið bætt við.
- Hitið upp rétt sem hægt er að hita í örbylgjuofni.
- Settu tóma súkkulaðistykkið á diskinn og bræddu síðan brúnirnar.
- Stilltu það að toppnum á fullu heitu súkkulaðinu kúlulaga.
- Notaðu síðan súkkulaðið sem lím og þrýstu bitunum varlega saman.
- Hellið appelsínusúkkulaði í sprautupoka og bætið svo strengjum ofan á sprengjuna.

4. Heitar súkkulaðisprengjur

GERÐ: 4 sprengjur

HRÁEFNI:
- 2 bollar súkkulaðibitar, brætt
- 3 pakkar af heitri kakóblöndu

ÁFLYTTIR
- Lítill marshmallows
- Strák
- Karamellubitar

LEIÐBEININGAR
- ☑ Helltu brædda súkkulaðinu í formin með skeið, sléttaðu það meðfram brúnunum þar til það er alveg húðað.
- ☑ Kælið súkkulaðið í kæli í um 30 mínútur, eða þar til það er alveg fast.
- ☑ Fylltu formið með heitu kakóblöndunni og öðrum hráefnum.
- ☑ Hellið súkkulaðinu sem eftir er ofan á sprengjurnar til að loka „bakinu" á þeim.
- ☑ Setjið formið inn í kæli þar til súkkulaðið hefur stífnað.
- ☑ Berið sprengjuna fram í krús með heitri mjólk og hrærið þar til bráðnar.

5. Rainbow White Hin Fullkomna Matreiðslubók Með Heitum Súkkulaðibombum

GERÐ: 12 sprengjur

HRÁEFNI:
- 16 aura saxað hvítt súkkulaði, brætt
- ½ bolli Mini marshmallows
- 6 hvítt heitt súkkulaðiblandapakkar
- ½ bolli Lucky Charms Marshmallows
- Strák

LEIÐBEININGAR:
- ☑ Setjið um 1 matskeið af bræddu súkkulaði í hvert mót og sléttið úr með bakinu á skeiðinni.
- ☑ Leyfðu 10 mínútum að frjósa.
- ☑ Takið formin úr frystinum og takið súkkulaðiskeljarnar úr formunum.
- ☑ Setjið helmingana á heitt flatt fat til að fletja út brúnirnar.
- ☑ Fylltu hvert hol með pakka af marshmallows og heitu kakóblöndu.
- ☑ Hitið plötuna aftur í örbylgjuofni í tvær mínútur.
- ☑ Settu afganginn, hvern ofan á annan, og þrýstu þeim varlega saman til að loka.
- ☑ Berið fram með bolla af heitri mjólk.

6. Marmara súkkulaði egg

GERÐ: 3 sprengjur

HRÁEFNI:
- 10 matskeiðar hvítt súkkulaði, brætt
- Úrval sælgæti
- Matarlitur

LEIÐBEININGAR:
- ☑ Til að búa til þá liti sem þú vilt skaltu sameina 1 matskeið af bræddu súkkulaði með ýmsum matarlitum.
- ☑ Fylltu sílikoneggjamót til hálfs með lituðu súkkulaði. Til að gera marmaraðri hönnun skaltu hringja litunum saman með tannstöngli.
- ☑ Hellið bráðnu hvítu súkkulaði ofan á mótið og snúið því til að hjúpa það alveg. Látið kólna alveg áður en það er tekið úr forminu.
- ☑ Forhitið málmplötu og þrýstið helmingnum af hverju eggi ofan á það þar til brúnirnar byrja að bráðna.
- ☑ Fylltu með mismunandi sælgæti eins fljótt og auðið er, þrýstu síðan hlutunum tveimur saman þar til þeir eru alveg lokaðir.

7. Rum Chata heitar kakósprengjur

GERÐ: 3 sprengjur

HRÁEFNI:
- 12 aura hvítt súkkulaði
- 6 matskeiðar Rum Chata
- 2 pakkar af heitri kakóblöndu
- 1 bolli Mini Marshmallows
- 6 bollar heit mjólk

BÚNAÐUR:
- 1 sett af sílikonmótum

LEIÐBEININGAR:
- ☑ Setjið súkkulaði með skeið í formin, passið að hjúpa að innan og setjið til hliðar í 15 mínútur til að harðna.
- ☑ Takið súkkulaðið úr formunum.
- ☑ Bræðið helming af brúnum kúlu.
- ☑ Fjarlægðu, dreifðu út á kökuplötu og toppaðu með kakódufti, romm chata og litlum marshmallows.
- ☑ Bræðið bara brúnirnar á afganginum af súkkulaðikúlunum og setjið ofan á eina af súkkulaðikúlunum, fyllið hana með kakói eða öðru hráefni til að búa til toppinn á kúlunni eða sprengjunni.
- ☑ Eftir að þær hafa verið fylltar og brætt saman skaltu setja kakósprengjur í kæliskáp í 30 mínútur, eða þar til súkkulaðið er alveg stíft.
- ☑ Hellið volgri mjólk yfir.
- ☑ Bætið kakóduftinu út í og berið svo fram!

8. Kakósprengjur með sælgæti

GERÐ: 6 sprengjur

HRÁEFNI:
- 1/4 bolli muldar nammistangir
- Lítil sælgætisstökk
- 1/2 bolli verslunarkeypt kakóblanda
- 12 aura skær hvítt nammi bráðnar, mildað
- 1/2 bolli þurrkaður lítill marshmallows
- 1/4 tsk piparmyntubragðefnisolía
- Kökutoppar í laginu með sælgæti
- Peppermint marshmallows

LEIÐBEININGAR:
- ☑ Bræðið súkkulaðið og kryddið eftir smekk með bragðbættri olíu.
- ☑ Hellið 1-2 tsk af bræddu súkkulaði í hvert mót og sléttið út með pensli eða aftan á skeið til að tryggja að súkkulaðið hylji allt formið og nái upp hliðarnar.
- ☑ Setjið til hliðar í 5 mínútur í kæli.
- ☑ Fjarlægðu mótið varlega.
- ☑ Fyrir toppana skaltu setja 6 af skeljunum til hliðar.
- ☑ Bræðið brúnirnar á 6 neðstu skeljunum.
- ☑ Í hverja skel skaltu bæta 1 matskeið af hvítu kakóblöndunni, ríkulegu magni af sælgætisstökki, piparmyntu-marshmallow, nammi-laga sælgætisálegg og nokkrum þurrkuðum mini marshmallows.
- ☑ Bræðið brúnirnar á toppunum og festið þær við skeljarnar sem eftir eru.
- ☑ Smakkið til með heitri mjólk.
- ☑ Geymið tilbúnar súkkulaðisprengjur í loftþéttum umbúðum við stofuhita í allt að tvær vikur.

9. Eldbolti heitar kakósprengjur

GERÐ: 6 sprengjur

HRÁEFNI:
- 7 oz mjólkursúkkulaðibræðsluþráður, bráðnar
- 6 matskeiðar heitt kakóblanda
- 2 skot af Fireball viskíi
- Rauðir jimmies
- Gullstökkblanda
- Semi Sphere sílikonmót

LEIÐBEININGAR:
- ☑ Fylltu hvert formhol með skeið af bræddu súkkulaði.
- ☑ Notaðu skeið eða sætabrauðsbursta til að dreifa súkkulaðinu jafnt í holið á forminu.
- ☑ Sett í frysti í fimm mínútur.
- ☑ Bætið Fireball viskíinu og heitu kakóblöndunni í stóran blöndunarrétt og þeytið vel.
- ☑ Klipptu oddinn af ziplock pokanum eða sætabrauðspokanum og helltu afganginum af bræddu súkkulaði í það.
- ☑ Örbylgjuofn lítið fat.
- ☑ Fylltu 6 súkkulaði hálfkúlur með Fireball og kakóblöndunni.
- ☑ Bætið Fireball/kakóblöndunni við 6 súkkulaðihálfkúlur.
- ☑ Settu tóma hálfa kúlu á hvolf á hitaplötu og hreyfðu hana hægt til að bræða brúnina.
- ☑ Festið á súkkulaði hálfkúlu sem inniheldur kakó eða eldkúlur.
- ☑ Til að bera fram, bætið 6 oz af heitu vatni eða mjólk í krús, hrærið vandlega og soppið síðan.

10. Hjartalaga kakósprengjur

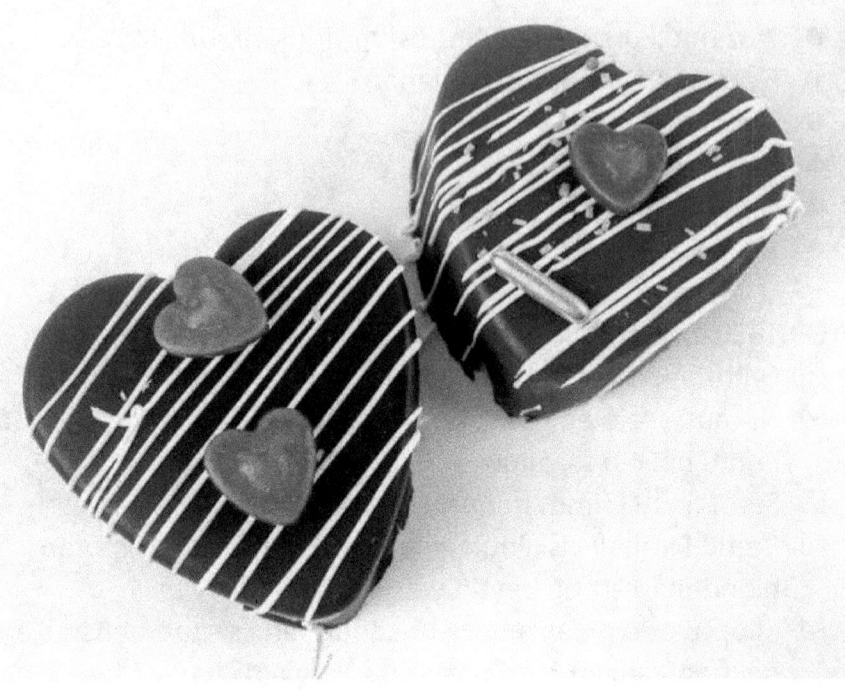

GERÐ: 6 sprengjur

HRÁEFNI:
HEIT SÚKKULAÐIDUFT:
- ¼ bolli saxað hvítt súkkulaði
- 1 bolli ofurfínn sykur
- ½ bolli ósykrað kakóduft
- 2 matskeiðar þurrmjólk

HEITAR SÚKKULAÐISPRENGUR:
- 1 bolli heitt súkkulaðiduft
- 16 aura hvítt súkkulaðibörkur, brætt
- ¼ bolli lítill marshmallows

LEIÐBEININGAR
HEIT SÚKKULAÐIDUFT:
- ☑ Blandið öllu hráefninu fyrir súkkulaðiduftið í litla skál.

HEITAR SÚKKULAÐISPRENGUR:
- ☑ Fylltu hvert hola hjartalaga mótsins með 2-3 matskeiðum af bræddu hvítu súkkulaði með skeið eða sætabrauðspensli.
- ☑ Kældu í um það bil 5 mínútur, eða þar til það er alveg solid.
- ☑ Takið súkkulaðiskeljarnar úr forminu og fyllið aðra hliðina með marshmallows og tvær matskeiðar af heitu súkkulaðidufti.
- ☑ Hitið pönnu sem festist ekki.
- ☑ Settu brúnina á tómu skelinni á yfirborðið í 3 til 5 sekúndur, eða þar til brúnin byrjar að mýkjast.
- ☑ Þrýstu skeljunum tveimur varlega saman til að mynda innsigli.
- ☑ Settu lokuðu sprengjuna aftur í kæliskápinn í fimm mínútur svo hún geti stífnað.
- ☑ Berið fram með bolla af heitri mjólk.

11. S'mores heitar kakósprengjur

GERIR: 6 heitar kakósprengjur

Hráefni:
- 3 bollar bráðið hvítt súkkulaði möndlubörkur
- 1 1/2 bollar af heitri kakóblöndu - skipt
- Lítil marshmallows - 5 fyrir hverja sprengju - 30 alls
- 1 bolli súkkulaði - bráðið - til skrauts að ofan
- Mini Marshmallows - ristað - í toppskreytingu.
- 1 ermi af Graham kex - helmingar
- 3 Hershey's súkkulaðistykki - brotnar í sundur við göturnar

LEIÐBEININGAR:
- ☑ Setjið hvíta súkkulaðimöndlubörkinn í örbylgjuþolna skál og hitið með 15 sekúndna millibili þar til súkkulaðið er bráðið. Hrærið á milli millibila.
- ☑ Setjið hvíta súkkulaðið með skeið inn í mótið, nógu mikið til að það hylji botn og hliðar með þykku lagi af súkkulaði. Látið standa við stofuhita í um það bil 30 mínútur og síðan í kæli í 30 mínútur til viðbótar til að fullkomlega stífna súkkulaðið.
- ☑ Taktu úr kæli og fylltu helming mótanna með 1/4 bolla af heitu kakóblöndunni og mini marshmallows.
- ☑ Fjarlægðu hinn helminginn af súkkulaðinu úr formunum, hitaðu brúnirnar varlega á lítilli nonstick pönnu eða heitri plötu til að bræða brún súkkulaðsins varla og límdu toppinn á forminu við botninn á forminu og lokaðu þeim með brætt súkkulaði.
- ☑ Setjið aftur í kæliskáp í 30 mínútur, til að setja súkkulaðið.
- ☑ Fjarlægðu súkkulaðisprengjuna úr kæliskápnum, helltu bræddu súkkulaði yfir S'mores Hot Cocoa Bombs, settu súkkulaðibollu ofan á og settu 3 mini ristaðar marshmallows ofan á.
- ☑ Settu súkkulaðibollu ofan á Graham kex ferning og límdu stykkin saman. Setjið annan súkkulaðikúlu ofan á súkkulaði og haltu heitu kakósprengjunni ofan á.
- ☑ Til að bera fram skaltu setja heita mjólk út í og láta hana leysast upp, hræra og njóta!

12. Skellington heitar kakósprengjur

Gerir: 8-10 heitar kakósprengjur

Hráefni:
- 1 - 30oz poki af hvítu súkkulaðibræðsluflögum
- 2 bollar af graskerkrydd heitu kakóblöndu
- 1 bolli lítill marshmallows
- 1 flaska af svörtu kökukremi

LEIÐBEININGAR:

- ☑ Notaðu pappírshandklæði eða hreint eldhúshandklæði og þurrkaðu sílikonformin að innan. Þetta mun leyfa súkkulaðimótinu þínu að vera með glansandi kápu
- ☑ Notaðu hitaþolna skál, helltu í skálina og settu afganginn af bráðnuðu oblátunum í örbylgjuofninn í 45 sekúnda millibili. Gakktu úr skugga um að hræra í súkkulaðinu eftir 45 sekúnda fresti þar til það er alveg bráðnað og slétt
- ☑ Notaðu skeið til að setja um 1-2 matskeiðar af súkkulaðinu í formið
- ☑ Snúðu súkkulaðinu varlega til að það hjúpi mótið alveg að innan
- ☑ Hristið aukasúkkulaðið létt aftur í skálina
- ☑ Settu húðuðu mótin inn í ísskáp í 5-10 mínútur
- ☑ Takið úr ísskápnum og afhýðið sílikonformið varlega frá hertu súkkulaðiskelinni
- ☑ Settu mótið varlega á kökuplötuna
- ☑ Endurtaktu skrefin með mótunum sem eftir eru
- ☑ Þú ættir nú að hafa 8 hálfkúluform
- ☑ Taktu opnu hlið kúlu varlega og settu hana á pönnuna til að bræða ójöfnu brúnirnar af til að mynda slétta kant
- ☑ Setjið skelina aftur á kökuplötuna og leyfið brúninni að harðna
- ☑ Skelltu um 1 matskeið af graskerskryddinu heitu kakóblöndunni í botninn á kúluforminu
- ☑ Settu nokkra smá marshmallows í skelina
- ☑ Settu toppinn af skelinni aftur á heita pönnuna til að bræða brúnirnar í nokkrar sekúndur
- ☑ Settu bráðnu brúnirnar fljótt á fylltu skelina og þrýstu varlega niður
- ☑ Kreistið kökukremið ofan í sprautupokann og skerið oddinn af.
- ☑ Farðu varlega með smáatriðin um andlit Jack Skellington.
- ☑ Leyfðu kökunni að harðna áður en þú notar hana í gufusoðnu glasi!

13. Ávaxtaríkar Pebbles Heitar kakósprengjur

Gerir: 6

Hráefni:
- 2 bollar hvítar bráðnar oblátur með vanillubragði
- ¼ bolli blátt nammi bráðnar
- ¼ bolli fjólublátt nammi bráðnar
- ¼ bolli bleikt nammi bráðnar
- 6 matskeiðar jarðarberjasúkkulaðimjólkurduft
- 1 bolli ávaxtaríkt smásteinskorn
- ½ bolli lítill marshmallows
- Hálfkúlu sílikonmót
- Sætabrauðsbursti

LEIÐBEININGAR:
- ☑ Í meðalstórri, örbylgjuþolinni skál, bræddu hvítu bráðnuðu obláturnar í 30 sekúndna þrepum og hrærðu á milli til að koma í veg fyrir að þau brenni. Þetta ætti aðeins að taka 60-90 sekúndur.
- ☑ Þegar það hefur bráðnað skaltu húða hvert mót jafnt með um það bil 2 matskeiðum með því að nota sætabrauðsburstann þinn eða skeið.
- ☑ Þegar mótin hafa verið húðuð skaltu setja þau í kæliskáp í um 10-15 mínútur þar til súkkulaðið hefur stífnað.
- ☑ Takið úr ísskápnum og setjið annað lag af súkkulaði á og látið stífna aftur. Fjarlægðu síðan hverja hálfkúlu varlega úr forminu og settu til hliðar.
- ☑ Bræðið hverja lituðu sælgætisbræðsluna í 3 litlum, örbylgjuþolnum skálum í 30 sekúndna þrepum og hrærið á milli. Þetta ætti aðeins að taka um 30-60 sekúndur.
- ☑ Aðskiljið 6 af kúluhelmingunum og geymið hina 6 fyrir botninn. Taktu einn í einu toppana sex og notaðu sætabrauðsburstann til að pensla þunnt lag af lituðu sælgæti og bræða utan á hverri hálfkúlu.
- ☑ Dýfðu fljótt í ávaxtasteinana eða þrýstu morgunkorni varlega á hálfkúluna og láttu standa þar til það er harðnað.

- ☑ Í hinum 6 venjulegu hvítu helmingunum, setjið 1 matskeið af jarðarberjasúkkulaðimjólkurdufti út í. Toppið með ½ matskeið eða meira af ávaxtaríku smásteinskorninu og nokkrum litlum marshmallows.
- ☑ Hitið lítinn, örbylgjuþolinn disk í örbylgjuofni í um 45-60 sekúndur. Settu tóma, „máluðu" helminginn á heita diskinn í nokkrar sekúndur til að láta brúnina bráðna. Hlý, bráðna brúnin virkar sem lím.
- ☑ Settu það strax ofan á samræmdu, fylltu hálfkúluna. Renndu hreinum fingri meðfram brúninni til að hreinsa hann upp. Ljúktu við að tengja hinar 5 kúlur.
- ☑ Berið fram og njótið eða pakkið inn og notið sem gjafir!

14. Marshmallow súkkulaðisprengjur

Gerð: 8 sprengjur

Hráefni:
- 6 aura saxað súkkulaði eða súkkulaðiflögur
- 1 ½ matskeið kakóduft
- 1 ½ matskeið kornsykur
- 1/4 bolli þurrkaðir marshmallow bitar
- 1/4 bolli saxað andstæðusúkkulaði til að drekka

LEIÐBEININGAR:
- ☑ Bræðið 4 aura (um 2/3 bolli) af súkkulaðinu, hellið síðan 1 teskeið af bræddu súkkulaði í hvern af 16 bollunum í sílikonmóti.
- ☑ Notaðu bakið á lítilli skeið, eins og 1/4 tsk mæliskeið, til að þrýsta bræddu súkkulaðinu upp á hliðarnar og um brúnir hvers bolla til að hylja það alveg.
- ☑ Bræðið 2 aura (1/3 bolli) af súkkulaði sem eftir eru og endurtakið ferlið. Að þessu sinni er bara hellt 1/2 tsk bráðnu súkkulaði í hvern bolla og unnið með einn mótbolla í einu, súkkulaðinu hellt út í og dreift á hliðar og brúnir því það harðnar fljótt þegar það kemst í snertingu við frosið. súkkulaði. Það er mikilvægt að ganga úr skugga um að hliðar mótsins séu vel húðaðar og að þú sért með gott þykkt lag af súkkulaði – þetta kemur í veg fyrir sprungur.
- ☑ Frystið mótið/formin í 5 mínútur í viðbót.
- ☑ Þeytið kakóduftið og strásykurinn saman í lítilli skál til að búa til heitt súkkulaðiblöndu. Klæðið bökunarpappír með bökunarpappír með brúnum og rist yfir á hvolfi. Þetta kemur í veg fyrir að súkkulaðiskeljarnar veltist um á meðan þú ert að fylla þær.
- ☑ Takið súkkulaðiskeljarnar úr formunum. Þetta er flókið ferli, svo gefðu þér tíma. Notaðu þumalfingur til að afhýða sílikonið varlega frá brúnum súkkulaðsins, ýttu síðan upp frá botni mótsins með vísifingrum til að hjálpa til við að lyfta skelinni upp.
- ☑ Ef það eru smávægilegar sprungur eða oddhvassar brúnir á skelinni, ekki hafa áhyggjur. Þau verða jöfnuð út í næsta skrefi.
- ☑ Fylltu heitu súkkulaðisprengjunum:

- ☑ Hitið örbylgjuþolna plötu í örbylgjuofni bara þar til hún er orðin heit, um 30 sekúndur. Settu 1 súkkulaðiskel, með opinni hliðinni niður, á heita diskinn og bræddu brúnirnar þar til þær eru flatar.
- ☑ Setjið varlega 1/2 tsk kakó-sykurblöndu í skelina. Settu fylltu skelina á grindina til að halda henni uppréttri.
- ☑ Þrýstu tveimur helmingunum varlega saman.
- ☑ Notaðu fingurinn til að dreifa bræddu súkkulaðinu í kringum saum sprengjunnar til að loka henni. Endurtaktu þar til allar sprengjurnar eru fylltar og lokaðar.
- ☑ Til að skreyta skaltu bræða hvíta súkkulaðið og setja það í lítinn samlokupoka með rennilás. Klipptu lítið horn af pokanum og dreifðu svo súkkulaðinu yfir sprengjurnar. Þetta hjálpar líka til við að hylja óásjálega sauma eða fingrafaramerki!
- ☑ Hitið 3/4 bolli af mjólk í örbylgjuofni eða potti yfir miðlungs lágan hita bara þar til hún er rjúkandi heit.
- ☑ Slepptu heitri súkkulaðisprengju varlega í krúsina eða helltu rjúkandi mjólkinni yfir sprengju sem sett er í krús og horfðu á töfrann gerast.
- ☑ Berið fram með fleiri marshmallow bitum, ef vill.

15. Cappuccino sprengjur

GERÐ: 6 sprengjur

HRÁEFNI:
- Súkkulaðisælgætisskúffur, bráðnar
- 1 matskeið + 1 teskeið Cappuccino skyndiblanda
- Vanilluhvítar sælgætisdiskar, bráðnar
- Heit mjólk

BÚNAÐUR:
- Miðlungs hálfkúlu sílikonmót

LEIÐBEININGAR:
- ☑ Fylltu sílikonformin með bræddu súkkulaði með bakinu á skeið.
- ☑ Kælið eða frystið í 10-15 mínútur, eða þar til auðvelt er að fjarlægja þær.
- ☑ Bætið 1 matskeið + 1 tsk skyndilega cappuccino blöndu við einn súkkulaði helming.
- ☑ Hitið disk í örbylgjuofni í um það bil 15 sekúndur. Til að bræða súkkulaðið skaltu taka hinn súkkulaðihelminginn og setja opna hlutann á heita plötuna í nokkrar sekúndur.
- ☑ Tengdu tvo helminga súkkulaðsins saman og lokaðu þeim saman.
- ☑ Njóttu með heitri mjólk.

16. Rjómalöguð kaffisprengjur

GERÐ: 3 sprengjur

HRÁEFNI:
- ½ bolli ísómalt, brætt
- 3-4 teskeiðar af skyndikaffi
- ¼ bollar kaffirjómaþurrkur
- Brúnt hlaup matarlitur

LEIÐBEININGAR:
- ☑ Húðaðu eitt hálfkúlumót með brúnum matarlit og 1 matskeið af bræddu Isomalt.
- ☑ Með botninum á skeiðinni skaltu ýta ísómaltinu upp á hliðar mótsins.
- ☑ Frystið sprengjuformin fyllt með Isomalt í 5 mínútur. Afhýðið sílikonið úr mótunum eftir að hafa tekið það úr frystinum úr Isomalt bollanum með léttum flögnunarhreyfingu.
- ☑ Bætið 1 matskeið af skyndikaffi og duftformi í Isomalt mót.
- ☑ Hitaðu disk og þrýstu einum af tómu Isomalt bollunum opnum hlið niður á flata hluta hitaplötunnar í um það bil 10 sekúndur.
- ☑ Settu þennan brún strax ofan á einn af fylltu bollunum.
- ☑ Þetta mun sameina tvo helminga sprengjunnar.

17. Ljóshærð Mokka kaffisprengja

GERÐ: 3 sprengjur

HRÁEFNI:
- 1 bolli hvít súkkulaðibitar, brætt
- 6 matskeiðar vanilluduftkaffi

LEIÐBEININGAR:
- ☑ Hjúpaðu sílikonformið að innan með jöfnu lagi af súkkulaði með skeið eða sætabrauðspensli.
- ☑ Frystið mótið í 10-15 mínútur í frysti.
- ☑ Takið hálfhringina varlega úr forminu og leggið þá á frosið fat.
- ☑ Setjið 1-2 teskeiðar af kaffirjómakremi ásamt öðrum hráefnum í þrjár hálfar kúlur.
- ☑ Hitið létt brúnirnar á kúluhelmingunum sem eftir eru og leggið þær ofan á þá sem halda rjómakreminu.
- ☑ Til að nota kaffisprengjuna skaltu setja hana í kaffibolla og hella heitu kaffi yfir.

18. Svartskógur kaffisprengja

GERÐ: 2 sprengjur

HRÁEFNI:
- ½ bolli ísómalt, brætt
- 3-4 teskeiðar af skyndikaffi
- 2 matskeiðar súkkulaðisíróp
- Rakað súkkulaði

BÚNAÐUR:
- 1 sett af sílikonmótum

LEIÐBEININGAR:
- ☑ Með botninum á skeiðinni skaltu ýta ísómaltinu upp á hliðar mótsins.
- ☑ Frystið sprengjuformin í 5 mínútur.
- ☑ Fjarlægðu sílikonið úr formunum eftir að hafa tekið þau úr frystinum.
- ☑ Við hverja Isomalt sprengju skaltu bæta skyndikaffi, súkkulaðisírópi og rakað súkkulaði.
- ☑ Hitaðu disk og þrýstu einum af tómu Isomalt bollunum opnum hlið niður á flata hluta hitaplötunnar.
- ☑ Settu þennan heita brún Isomalt ofan á einn af fylltu bollunum strax.
- ☑ Þetta mun sameina tvo helminga sprengjunnar.

19. Kryddið mexíkósk mokkasprengja

GERÐ: 2 sprengjur

HRÁEFNI:
- ½ bolli ísómalt, brætt
- 3-4 teskeiðar af skyndikaffi
- 1/4 tsk víetnamskur Cassia kanill
- ¼ bollar kaffirjómaþurrkur
- 1/4 tsk Jamaican Allspice
- 1/8 tsk Cayenne pipar
- 2 matskeiðar Púðursykur
- 1 msk ósykrað malað súkkulaðiduft

BÚNAÐUR:
- 1 sett af sílikonmótum

LEIÐBEININGAR:
- ☑ Með botninum á skeiðinni skaltu ýta ísómaltinu upp á hliðar mótsins.
- ☑ Frystið sprengjuformin í 5 mínútur.
- ☑ Fjarlægðu sílikonið úr formunum eftir að hafa tekið þau úr frystinum.
- ☑ Við hverja Isomalt sprengju skaltu bæta skyndikaffi, duftformi, duftformi, sykri, súkkulaðidufti, kanil, jamaíkóskum pipar og cayennepipar.
- ☑ Hitaðu disk og þrýstu einum af tómu Isomalt bollunum opnum hlið niður á flata hluta hitaplötunnar.
- ☑ Settu þennan heita brún Isomalt ofan á einn af fylltu bollunum strax.
- ☑ Þetta mun sameina tvo helminga sprengjunnar.

20. Hindberja Frappuccino sprengja

GERÐ: 2 sprengjur

HRÁEFNI:
- ½ bolli ísómalt, brætt
- 3-4 teskeiðar af skyndikaffi
- ¼ bollar kaffirjómaþurrkur
- 2 matskeiðar hindberjasíróp
- 3 matskeiðar súkkulaðisíróp

BÚNAÐUR:
- 1 sett af sílikonmótum

LEIÐBEININGAR:
- ☑ Með botninum á skeiðinni skaltu ýta ísómaltinu upp á hliðar mótsins.
- ☑ Frystið sprengjuformin í 5 mínútur. Fjarlægðu sílikonið úr formunum eftir að hafa tekið þau úr frystinum.
- ☑ Við hverja Isomalt sprengju skaltu bæta skyndikaffi, duftkaffikremi, hindberjasírópi og súkkulaðisírópi.
- ☑ Hitaðu disk og þrýstu einum af tómu Isomalt bollunum opnum hlið niður á flata hluta hitaplötunnar.
- ☑ Settu þennan heita brún Isomalt ofan á einn af fylltu bollunum strax.
- ☑ Þetta mun sameina tvo helminga sprengjunnar.

21. Skotheldar kaffisprengjur

GERÐ: 3 sprengjur

HRÁEFNI:
- 1/3 bolli ghee
- 3 skeiðar kollagen
- 1,5 matskeiðar kókosolía eða MCT olía, brætt
- 1/4 tsk kanill
- 1 tsk kakóduft

LEIÐBEININGAR:
- ☑ Notaðu bakhlið skeiðar, húðaðu 6 hálfkúluform með u.þ.b. 1 matskeið af bræddu ghee.
- ☑ Frystið formið í um það bil 10 mínútur.
- ☑ Settu hertu skeljarnar á kæliplötuna eftir að hafa tekið þær úr mótunum. Helmingur mótanna á að fylla með kollageni og kanil.
- ☑ Dýfðu ófylltu hálfskeljunum varlega í bræddu kókosolíuna. Settu það með andlitinu niður ofan á fyllta hálfa skel, lokaðu síðan brúnunum með því að nudda fingurgómunum um allt lokað svæði.
- ☑ Settu það aftur í frysti í 5-10 mínútur í viðbót.
- ☑ Þeytið kakóduftið og afganginn af bræddu kókosolíu saman í sérstakri skál þar til það er slétt.
- ☑ Dreypið 1/2-1 tsk af blöndunni yfir ghee-kúlurnar og kryddið með sjávarsalti. Setjið aftur í frysti þar til það er tilbúið til notkunar.
- ☑ Berið fram með bolla af heitu kaffi sem hefur verið nýlagað.

22. Augnablik appelsínu cappuccino

GERÐ: 2 sprengjur

HRÁEFNI:
- ½ bolli ísómalt, brætt
- 3-4 teskeiðar af skyndikaffi
- ¼ bollar kaffirjómaþurrkur
- 1/3 bolli sykur
- 1 eða 2 appelsínugult hörð sælgæti (mulið)

BÚNAÐUR:
- 1 sett af sílikonmótum

LEIÐBEININGAR:
- ☑ Með botninum á skeiðinni skaltu ýta ísómaltinu upp á hliðar mótsins.
- ☑ Frystið sprengjuformin í 5 mínútur. Fjarlægðu sílikonið úr formunum eftir að hafa tekið þau úr frystinum.
- ☑ Við hverja Isomalt sprengju skaltu bæta skyndikaffi, duftformi, sykri og appelsínu sælgæti.
- ☑ Hitaðu disk og þrýstu einum af tómu Isomalt bollunum opnum hlið niður á flata hluta hitaplötunnar.
- ☑ Settu þennan heita brún Isomalt ofan á einn af fylltu bollunum strax.
- ☑ Þetta mun sameina tvo helminga sprengjunnar.

23. Blóma tesprengja

GERÐ: 3 sprengjur

HRÁEFNI:
- 3 tepokar eða lausblaðate
- 1/2 bolli ísómalt kristallar, brætt
- Þurrkuð ætblóm

BÚNAÐUR:
- Semi Sphere sílikonmót
- Potta

LEIÐBEININGAR:
- ☑ Hellið einni eða tveimur matskeiðum af bræddu ísómalti á hvora hlið hnöttsins, snúið blöndunni í kring til að hylja allt yfirborðið.
- ☑ Setjið til hliðar í 30 mínútur til að leyfa hnöttunum að kólna.
- ☑ Settu tepoka í einn af hnöttunum og bætið svo þurrkuðum blómum við.
- ☑ Fjarlægðu tómu hnettina með varúð og settu litla pönnu yfir lágan hita. Einn af brúnum kristalanna ætti að bræða nógu mikið til að virka sem lím.
- ☑ Sameina tekúlurnar tvær til að mynda kúlu.
- ☑ Toppið með ætum blómum með því að dýfa blóminu varlega í Isomalt blönduna og festa það ofan á með sykurhönskum.

24. Tesprengja með vanillusírópi

GERÐ: 3 sprengjur

HRÁEFNI:
- 1 bolli duftformað erýtrítól
- 1/3 bolli sykurlaust vanillusíróp
- 2 matskeiðar vatn
- Matarlitur
- Laust te eða tepokar

BÚNAÐUR:
- Kísill hálfmánamót

LEIÐBEININGAR:
- ☑ Blandið saman sætuefninu, sírópinu og vatni í meðalstórum potti. Hitið yfir meðalháan hita þar til hitinn nær 300°F.
- ☑ Takið pönnuna af hitanum. Ef þess er óskað skaltu bæta við nokkrum dropum af matarlit.
- ☑ Hellið u.þ.b. 1-2 matskeiðum af fljótandi sælgætisblöndunni í eitt af holum mótsins og dreifið því út með skeið meðfram hliðunum.
- ☑ Fjarlægðu nammið úr sílikonforminu þegar það hefur storknað. Sex af hálfmánunum ættu að vera fyllt með lausu tei eða tepoka.
- ☑ Hitið pönnu yfir meðalhita til að binda hlutana tvo saman. Með ekkert te í pönnunni skaltu bræða hornin á hálfmáni. Settu svo hinn helminginn strax ofan á teið til að innsigla það.

25. Black Chai tesprengjur

GERÐ: 2 sprengjur

HRÁEFNI:
- ¼ bolli ísómalt, brætt
- 2 svartir Chai tepokar

LEIÐBEININGAR:
- ☑ Hellið um það bil fjórðungi af bræddu ísómalti í kúlulaga moldholið, þrýstið ísómaltinu upp og um brúnir mótsins með skeiðinni.
- ☑ Frystið fylltu formin í 5 mínútur til að storkna þau.
- ☑ Taktu fullu mótin úr frystinum og dragðu mótið varlega frá hálfkúlunum af ísómaltinu.
- ☑ Settu tepoka á milli tveggja ísómalt hálfkúla og láttu merki tesprengjunnar hanga út.
- ☑ Forhitaðu pottinn þinn yfir meðalhita, snúðu síðan tómri ísómalt hálfkúlu við og þrýstu sléttu brúninni á ísómaltforminu við botninn á pönnunni þar til hún byrjar að bráðna.
- ☑ Settu örlítið bráðna ísómalt helminginn ofan á ísómalt hálfsprengju sem inniheldur tepoka eins fljótt og auðið er.
- ☑ Þegar ísómaltið kólnar munu tvær hliðar tesprengjunnar lokast saman á nokkrum sekúndum.

26. Sykurtesprengjur

GERÐ: 7 sprengjur

HRÁEFNI:
- 2 matskeiðar vatn
- 1 bolli hvítur sykur
- 1/3 bolli Létt maíssíróp
- 7 tepokar
- Gel matarlitur
- Gljáandi ryk eða þurrkuð blóm

LEIÐBEININGAR:
- ☑ Blandið saman sykri, vatni og léttu maíssírópi í potti.
- ☑ Látið suðuna koma upp.
- ☑ Hrærið hlaupmatarlitnum saman við.
- ☑ Hellið sykrinum í sílikonmót og dreifið honum með bakinu á skeið. Leyfið 15-20 mínútum fyrir blandan að storkna að fullu.
- ☑ Þegar sykurinn er orðinn stífur skaltu lyfta botninum á forminu varlega til að losa hringinn og fjarlægja helminginn af bitunum varlega úr forminu og skilja helminginn af sykurhringjunum eftir á sínum stað.
- ☑ Settu tepoka, blóm og/eða ljóma ryk í hálfhringina sem þú skildir eftir í mótinu.
- ☑ Dragðu tepokaþráðinn úr forminu.
- ☑ Forhitið eldavélina undir pönnu á lágt í nokkrar sekúndur.
- ☑ Smellið helmingnum af hringlaga mótinu í pönnuna og hitið brúnina.
- ☑ Setjið sykurhringinn aftur ofan á og þéttið báðar hliðar varlega saman
- ☑ Setjið þær til hliðar og festið þær í 5-10 mínútur í viðbót.
- ☑ Skelltu tesprengjunum varlega úr forminu með því að þrýsta varlega á botninn, halda sprengjunni ofan á og fjarlægja hana.

27. Rose Hips grænt te sprengja

GERÐ: 7 sprengjur

HRÁEFNI:
- 2 matskeiðar vatn
- 1 bolli hvítur sykur
- 1 sítróna, kreist, fræin fjarlægð
- Gel matarlitur
- te pokar
- 1/3 bolli Létt maíssíróp
- 2 matskeiðar lífrænar rósarmjaðmir
- 1-2 klípur af cayenne

LEIÐBEININGAR:
- ☑ Blandið saman sykri, vatni, sítrónusafa og léttu maíssírópi í potti.
- ☑ Látið suðuna koma upp.
- ☑ Hrærið hlaupmatarlitnum saman við.
- ☑ Hellið sykrinum í sílikonmót og dreifið honum með bakinu á skeið. Leyfið 15-20 mínútum fyrir blandan að storkna að fullu.
- ☑ Þegar sykurinn er orðinn stífur skaltu lyfta botninum á forminu varlega til að losa hringinn og fjarlægja helminginn af bitunum varlega úr forminu og skilja helminginn af sykurhringjunum eftir á sínum stað.
- ☑ Settu tepoka, rósarmjöðm og cayenne í hálfhringina sem þú skildir eftir í forminu.
- ☑ Forhitið eldavélina undir pönnu á lágt í nokkrar sekúndur.
- ☑ Smellið helmingnum af hringlaga mótinu í pönnuna og hitið brúnina.
- ☑ Setjið sykurhringinn aftur ofan á og þéttið báðar hliðar varlega saman
- ☑ Setjið þær til hliðar og festið þær í 5-10 mínútur í viðbót.
- ☑ Skelltu tesprengjunum varlega úr forminu með því að þrýsta varlega á botninn, halda sprengjunni ofan á og fjarlægja hana.

28. Kókos Chai Spritzer sprengja

GERÐ: 2 sprengjur

HRÁEFNI:
- ¼ bolli ísómalt, brætt
- ¼ bolli af Coconut Chia te
- 2 dropar af Stevia

LEIÐBEININGAR:
- ☑ Hellið um það bil fjórðungi af bræddu ísómalti í kúlulaga moldholið, þrýstið ísómaltinu upp og um brúnir mótsins með skeiðinni.
- ☑ Frystið fylltu formin í 5 mínútur til að storkna þau.
- ☑ Taktu fullu mótin úr frystinum og dragðu mótið varlega frá hálfkúlunum af ísómaltinu.
- ☑ Hellið chia teinu í mótið ásamt 1 dropa af stevíu.
- ☑ Forhitaðu pottinn þinn yfir meðalhita, snúðu síðan tómri ísómalt hálfkúlu við og þrýstu sléttu brúninni á ísómaltforminu við botninn á pönnunni þar til hún byrjar að bráðna.
- ☑ Setjið dálítið bráðna ísómalt helminginn ofan á chia te fyllta ísómalt hálfsprengjuna strax. Þegar ísómaltið kólnar munu tvær hliðar tesprengjunnar lokast saman á nokkrum sekúndum.
- ☑ Berið sprengjuna fram með glasi af sódavatni.

29. Uppskrift fyrir írska rjóma kaffisprengjur

GERÐ: 3 sprengjur

HRÁEFNI:
- 1 ½ bolli hvít súkkulaðibitar, brætt
- 1 matskeið púðursykur
- 6 matskeiðar vanillu kaffi rjómaduft
- 3 matskeiðar viskí
- 36 oz bruggað kaffi

LEIÐBEININGAR:
- ☑ Dreifið bræddu súkkulaðinu í holið á kúlu sílikonforminu með skeið.
- ☑ Frystið mótið í 15 mínútur áður en það er notað.
- ☑ Takið formin úr frystinum og takið hverja hálfkúlu varlega úr forminu og setjið þau á frosna plötuna.
- ☑ Blandaðu saman púðursykri, kaffirjóma og viskíi í þremur kúlum.
- ☑ Bræðið aðeins eða hitið brúnirnar á þremur hlutunum sem eftir eru og ýtið þeim saman til að mynda hring. Til að laga sauminn er hægt að nota meira bráðið súkkulaði og pípa niður kantinn.
- ☑ Kælið eða geymið á borðinu í loftþéttu íláti þar til það er tilbúið til framreiðslu.
- ☑ Til að bera fram skaltu setja sprengjuna í krús og toppa hana með heitu uppheltu kaffi. Þegar súkkulaðið bráðnar, hrærið til að allt komi inn í.

30. Ávaxtatesprengja

GERIR: 1 sprengju

HRÁEFNI:
- 1 bolli duftformað erýtrítól
- 2 matskeiðar vatn
- 2 matskeiðar Lipton instant te
- Fersk mynta
- ¼ bolli sítrónusafi
- 1/3 bolli sykurlaust vanillusíróp
- ¼ bolli hvítur þrúgusafi
- ⅔ bolli sykur

LEIÐBEININGAR:
- ☑ Blandið saman sætuefninu, sírópinu og vatni í meðalstórum potti. Hitið þar til hitinn nær 300°F.
- ☑ Hellið u.þ.b. 1-2 matskeiðum af fljótandi sælgætisblöndunni í eitt af holum mótsins og dreifið því út með skeið meðfram hliðunum.
- ☑ Fjarlægðu nammið úr sílikonforminu þegar það hefur storknað.
- ☑ Fylltu sex af hálfmánunum ætti að vera fyllt með lausu tei eða tepoka.
- ☑ Hitið pönnu yfir meðalhita til að binda hlutana tvo saman. Með ekkert te í pönnunni skaltu bræða hornin á hálfmáni. Settu svo hinn helminginn strax ofan á teið til að innsigla það.

31. Earl Grey tesprengjur

Gerir: 2

Hráefni:
- 1/2 bolli ísómalt
- 2 einstakir Earl Grey tepokar
- 2 matskeiðar Þurrkaðir Lavender Blossoms

LEIÐBEININGAR:
BÚÐU TIL TEBOMBANNA

- ☑ Setjið ísómalt í hitaþolið mæliglas. Örbylgjuofn samkvæmt leiðbeiningunum á umbúðunum þar til það er alveg bráðnað.
- ☑ Bætið um ¼ af bræddu ísómaltinu í eitt kúlulaga moldhol, notaðu skeiðina til að þrýsta ísómaltinu upp og í kringum brúnir mótsins. Endurtaktu með 3 mótum til viðbótar.
- ☑ Settu fylltu formin inn í frysti í 5 mínútur til að harðna.
- ☑ Fjarlægðu fylltu mótin úr frystinum og fjarlægðu mótið varlega frá ísómalt hálfkúlunum.
- ☑ Settu tepoka í tvær af ísómalt hálfkúlunum og láttu merkið á tesprengjunni hanga út.
- ☑ Bætið 1 matskeið af lavenderblómunum í hvern af tesprengjuhelmingunum með tepokanum.
- ☑ Hitið plötu í örbylgjuofni þar til hún er heit að snerta, snúið tómri ísómalt hálfkúlu við og nuddið sléttu brún ísómaltformsins á botninn á plötunni þar til hún er rétt að byrja að bráðna.
- ☑ Setjið örlítið bráðna ísómalt helminginn strax ofan á ísómalt hálfsprengju með tepoka í. Báðar hliðar tesprengjunnar munu lokast saman á aðeins augnabliki eða tveimur þegar ísómaltið kólnar.
- ☑ Þegar þú ert tilbúinn að drekka teið þitt skaltu einfaldlega setja tesprengjuna í krúsina þína og hella svo heitu vatni yfir hana. Tesprengjan bráðnar og tepokinn verður brattur. Ísómalt er ekki of sætt, svo þú gætir viljað bæta við sætuefni ef þú vilt sætan tebolla.

AÐ GERA LONDON-ÞÓKU
- ☑ Settu tesprengjuna þína í krús.
- ☑ Helltu 6 oz af vatni yfir toppinn til að bræða sprengjuna og byrja að drekka teið þitt.
- ☑ Hitið ¼ bolli af mjólk og froðu, ef vill.
- ☑ Þú getur bætt smá sykri við volga mjólkina ef þú vilt sætara te.
- ☑ Hellið heitu mjólkinni út í til að fylla bollann.

32. Sykurlausar tesprengjur

Gerir: 2

Hráefni:
- 1 bolli sykurlaust sætuefni að eigin vali
- 1/3 bolli sykurlaust síróp
- 2 matskeiðar vatn
- matarlitur
- laust te eða tepokar að eigin vali
- kísill hálfmánamót

LEIÐBEININGAR:
- ☑ Bætið sætuefni, sírópi og vatni í meðalstóran pott. Hitið yfir meðalháan hita þar til sælgætishitamælir nær 300°F (um það bil 5 mínútur eftir suðu).
- ☑ Takið af hitanum. Bætið við matarlit ef þú notar.
- ☑ Vinnið hratt, bætið um 1-2 matskeiðum í hol á mótinu og skeiðið upp meðfram brúnunum. Haltu áfram að ýta vökvanum upp þar til hann harðnar. Bursti virkar líka vel. Vinna með 2 holrúm í einu. Endurtaktu með mótunum sem eftir eru.
- ☑ Þegar það hefur harðnað skaltu afhýða mótið. Við sex af hálfmánunum skaltu bæta tei eða tepoka.
- ☑ Hitið pönnu yfir meðalhita. Til hálfmánanna sex án tes, bræðið brúnirnar á pönnunni. Settu síðan fljótt ofan á hinn helminginn með teinu til að innsigla. Endurtaktu með kúlunum sem eftir eru.
- ☑ Til að nota skaltu setja tesprengjuna í stóran bolla. Hellið heitu vatni hægt yfir tesprengjuna og horfðu á hana springa upp úr telaufunum.

33. Litaðar heitar tesprengjur

Gerir: 2

Hráefni:
- Ísómalt kristallar
- Gel matarlitur
- Te að eigin vali
- Þurrkuð æt blóm, kryddjurtir eða sykurmolar
- 1 Lítil pottur
- 1 stórt hola hálfkúla sílikonmót

LEIÐBEININGAR:

- ☑ Setjið ísómaltkristalla í lítinn pott á miðlungsháum hita.
- ☑ Leyfðu kristöllum að bráðna. Ef þarf, hristið pönnuna til að auðvelda bráðnun. EKKI HÆRJA.
- ☑ Þegar allir kristallar hafa bráðnað skaltu vinna hratt að því að skeiða blöndunni í hálfkúluform. Vertu mjög varkár til að forðast snertingu við húðina. Þetta verður heitt.
- ☑ Bætið nokkrum dropum af gel matarlit í hvert mót.
- ☑ Hrærið með lítilli skeið til að blanda saman við brædda kristalla.
- ☑ Notaðu bakhlið skeiðarinnar til að dreifa blöndunni fljótt þannig að hún hylji allt yfirborð formsins. Gerðu þetta skref eins hratt og þú getur, það mun ekki taka langan tíma fyrir blandan að byrja að setja sig upp.
- ☑ Leyfðu helmingunum að stilla sig upp áður en þú heldur áfram, um það bil 30 mínútur.
- ☑ Fjarlægðu efri hluta kúlu úr forminu með því að ýta því varlega upp frá botni mótsins. Látið neðri helminginn vera í forminu í bili. Þetta gerir það auðveldara að setja hnöttinn saman.
- ☑ Settu te í neðri hluta jarðar í formið ásamt ætum blómum, sykurmolum eða kryddjurtum sem þú notar. Ef þú vilt skaltu skilja tepokastrenginn eftir fyrir utan mótið.
- ☑ Settu litla pönnu yfir lágan hita. Þetta verður notað til að slétta brúnir hnattarins og auðvelda að tengja hnettina tvo saman.
- ☑ Settu hnöttinn ofan á heita pönnu í nokkrar sekúndur til að slétta og bræða brúnina. Fljótlega sameinast botnhnöttinn sem er enn í mótinu.
- ☑ Látið kólna í 5-10 mínútur. Eftir nokkrar mínútur ættir þú að vera fær um að fjarlægja alla kúluna úr mótinu með því að þrýsta varlega upp á mótið til að losa neðri helminginn af hnettinum.
- ☑ Þegar þú ert tilbúin skaltu setja tesprengjuna í hitaþolna krús og hella heitu vatni yfir. Hrærið og njótið!

34. Jurtatesprengjur

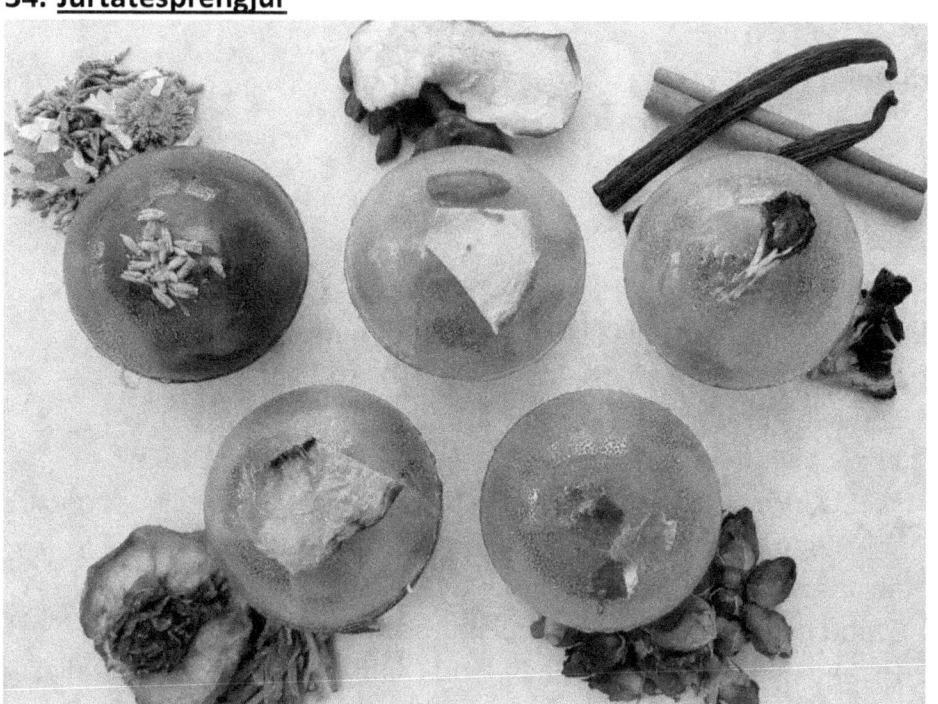

Gerir: 2

Hráefni:
- 1/3 bolli ísómalt kristallar
- Gel matarlitur
- Jurtate

LEIÐBEININGAR:
- ☑ Setjið ísómaltkristalla í lítinn pott á miðlungsháum hita.
- ☑ Leyfðu kristöllum að bráðna. Ef þarf, hristið pönnuna til að auðvelda bráðnun. EKKI HÆRJA.
- ☑ Þegar allir kristallar hafa bráðnað skaltu vinna hratt að því að skeiða blöndunni í hálfkúluform. Vertu mjög varkár til að forðast snertingu við húðina. Þetta verður heitt og getur valdið alvarlegum brunasárum.
- ☑ Bætið nokkrum dropum af gel matarlit í hvert mót.
- ☑ Hrærið með lítilli skeið til að blanda saman við brædda kristalla.
- ☑ Notaðu bakhlið skeiðarinnar til að dreifa blöndunni fljótt þannig að hún hylji allt yfirborð formsins. Gerðu þetta skref eins hratt og þú getur, það mun ekki taka langan tíma fyrir blandan að byrja að setja sig upp.
- ☑ Leyfðu helmingunum að stilla sig upp áður en þú heldur áfram, um það bil 30 mínútur.
- ☑ Fjarlægðu efri hluta kúlu úr forminu með því að ýta því varlega upp frá botni mótsins. Látið neðri helminginn vera í forminu í bili. Þetta gerir það auðveldara að setja hnöttinn saman.
- ☑ Settu te í neðri hluta jarðar í formið ásamt ætum blómum, sykurmolum eða kryddjurtum sem þú notar. Ef þú vilt skaltu skilja tepokastrenginn eftir fyrir utan mótið.
- ☑ Settu litla pönnu yfir lágan hita. Þetta verður notað til að slétta brúnir hnattarins og auðvelda að tengja hnettina tvo saman.
- ☑ Settu hnöttinn ofan á heita pönnu í nokkrar sekúndur til að slétta og bræða brúnina. Fljótlega sameinast botnhnöttinn sem er enn í mótinu.

- ☑ Látið kólna í 5-10 mínútur. Eftir nokkrar mínútur ættir þú að vera fær um að fjarlægja alla kúluna úr mótinu með því að þrýsta varlega upp á mótið til að losa neðri helminginn af hnettinum.
- ☑ Þegar þú ert tilbúin skaltu setja tesprengjuna í hitaþolna krús og hella heitu vatni yfir. Hrærið og njótið!

35. Kokteil-fizzer

GERÐ: 10 sprengjur

HRÁEFNI:
- 1/2 bolli sítrónusýra
- 1 bolli Sykur
- 15 ml Blandaðar beiskjur
- 1 bolli matarsódi
- 5 g akasíugúmmí
- Klípa Gull ljóma
- Vatn

LEIÐBEININGAR:
- ☑ Mælið allt hráefni í skál.
- ☑ Vinnið blönduna með höndunum þar til hún hefur fengið sandáferð.
- ☑ Búið til kúlur úr blöndunni og setjið þær í mót til að stífna.
- ☑ Takið úr mold, geymið síðan í kæli eða á borði í loftþéttu íláti.

36. Cosmopolitan Fizzy Bombs

Gerir: 10 sprengjur

Hráefni:
- ½ bolli ofurfínn hreinn reyrsykur
- ½ bolli flórsykur
- 2 tsk matarsódi
- 2 tsk trönuberja-hindberja fljótandi vatnsblandari
- 2 tsk æt blóm, grófsöxuð
- 6 aura af appelsínu freyðivatni
- ¾ aura vodka með lime
- ¾ aura vodka með trönuberjabragði
- Ætanleg blóm, til skrauts

BÚNAÐUR
- Lítil skál
- Ráður bakki
- 10 aura coupe kokteilglas

LEIÐBEININGAR:
- ☑ Blandið saman ofurfínum sykri, flórsykri og matarsóda í lítilli skál. Hrærið vatnsaukandi vökva út í þar til sykurinn líkist blautum sandi.
- ☑ Hrærið söxuðum ætum blómum saman við.
- ☑ Þrýstið blöndunni í 2 (1 tsk) ávalar mæliskeiðar, skilið eftir umfram ofan á skeiðunum. Hvolfið einni skeið ofan á hina.
- ☑ Þrýstið skeiðum saman og hristið létt.
- ☑ Fjarlægðu eina skeið og hvolfdu sprengjunni í hönd þína.
- ☑ Fjarlægðu skeiðina sem eftir er og settu sprengjuna á bakkann með brún. Endurtaktu með afganginum af blöndunni.
- ☑ Látið þorna í 4 klst áður en borið er fram.
- ☑ Geymið þakið við stofuhita í allt að 2 daga.
- ☑ Til að þjóna, sameina appelsínu freyðivatn, lime-bragðbætt vodka og trönuberja-bragðbætt vodka í 10 aura coupe kokteilglasi.
- ☑ Bæta við einni þurrkaðri sprengju; hrærið til að blanda vel saman.

37. Tequila Sunrise Fizzy Bombs

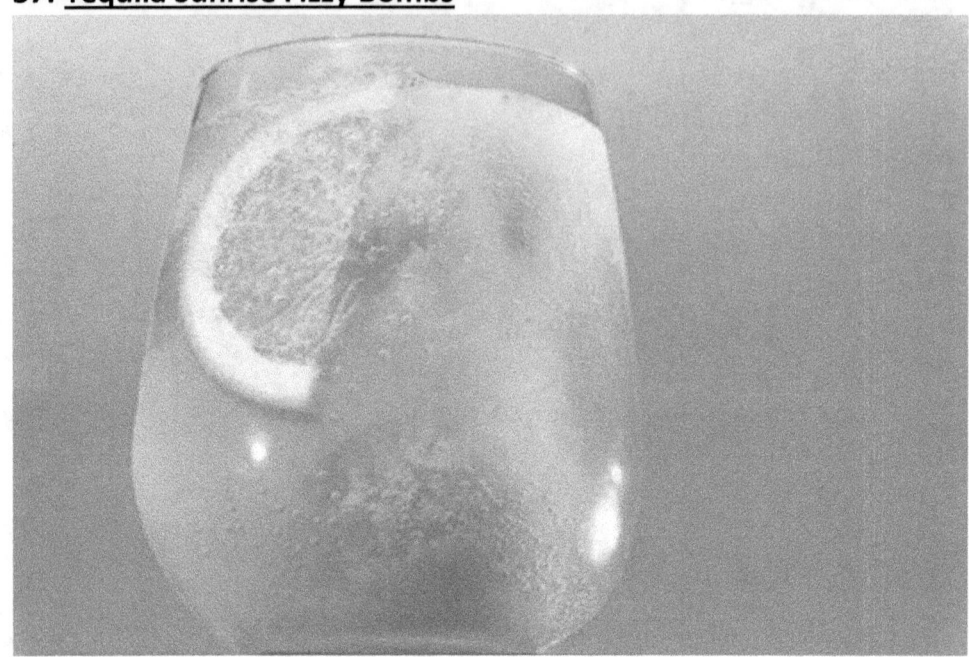

Gerir: 10 sprengjur

Hráefni:
- ½ bolli ofurfínn hreinn reyrsykur
- ½ bolli flórsykur
- 2 tsk matarsódi
- 2 tsk grenadínsíróp
- 2 tsk Over the Top rosa rauður slípandi sykur
- 3 aura 100% appelsínusafi
- 3 aura af club gosi
- 1 ½ aura gull tequila
- Appelsínusneiðar, til skrauts

BÚNAÐUR
- Lítil skál
- 2 (1 teskeið) mál
- Ráður bakki
- 10 aura kokteilglas

LEIÐBEININGAR:
- ☑ Blandið saman ofurfínum sykri, flórsykri og matarsóda í lítilli skál.
- ☑ Hrærið grenadín út í þar til sykurinn líkist blautum sandi. Hrærið rauðum pússisykri saman við.
- ☑ Þrýstið blöndunni í 2 ávalar mæliskeiðar, skilið eftir umfram ofan á skeiðunum.
- ☑ Hvolfið einni skeið ofan á hina.
- ☑ Þrýstið skeiðum saman og hristið létt.
- ☑ Fjarlægðu eina skeið og hvolfdu sprengjunni í hönd þína.
- ☑ Fjarlægðu skeiðina sem eftir er og settu sprengjuna á bakkann með brún.
- ☑ Látið þorna í 4 klst áður en borið er fram.
- ☑ Geymið þakið við stofuhita í allt að 2 daga.
- ☑ Til að þjóna skaltu sameina appelsínusafa, klúbbsóda og tequila í 10 aura kokteilglasi.
- ☑ Bæta við einni þurrkaðri sprengju; hrærið til að blanda vel saman.

38. Strawberry Mimosa

GERÐ: 10 sprengjur

HRÁEFNI:
- 6 aura af appelsínusafa
- 6 aura af jarðarberjasírópi
- 1/2 bolli sítrónusýra
- Vatn
- 5 g akasíugúmmí
- 1 bolli matarsódi
- 1 bolli Sykur

LEIÐBEININGAR:
- ☑ Mælið allt hráefni í skál.
- ☑ Vinnið blönduna með höndunum þar til hún hefur fengið sandáferð.
- ☑ Mótið kúlur úr blöndunni og setjið í mót.
- ☑ Takið úr mold, geymið síðan í kæli eða á borði í loftþéttu íláti.

39. Blóðug María

GERÐ: 10 sprengjur

HRÁEFNI:
ÞURR HÁFALDI
- 1 tsk malaður svartur pipar
- 5 g akasíugúmmí
- 1/2 bolli sítrónusýra
- 1 tsk sellerísalt
- 1 bolli matarsódi
- 1 bolli Sykur

BLAUTT HÁFALDI
- 4 aura tómatsafi eða V-8 safi
- 4 aura af sítrónusafa
- 4 aura Worcestershire sósa
- Tabasco sósa eftir smekk
- Vatn

LEIÐBEININGAR:
- ☑ Mælið þurrt hráefni í skál.
- ☑ Blandið blautu hráefninu saman við með höndunum þar til blandan hefur breyst í sandsamkvæmni.
- ☑ Mótið kúlur úr blöndunni og setjið í mót.
- ☑ Takið úr mold, geymið síðan í kæli eða á borði í loftþéttu íláti.

40. Margarita töfrasprengja

GERÐ: 8 sprengjur

HRÁEFNI:
- Gott vatn
- 1/2 bolli sítrónusýra
- 1/8 tsk salt
- Börkur úr hálfri lime
- 1 bolli lime safi
- 1 bolli matarsódi
- 1 bolli kornsykur
- 5 g akasíugúmmí

LEIÐBEININGAR:
- ☑ Mælið allt hráefni í skál.
- ☑ Vinnið blönduna með höndunum þar til hún hefur fengið sandáferð.
- ☑ Mótið kúlur úr blöndunni og setjið í mót.
- ☑ Berið fram með 1/2 bolli Cointreau eða appelsínusafa og -berki

41. Kókos Mojito

GERÐ: 20 sprengjur

Hráefni:
- 6 aura af Mint sírópi
- 8 aura af lime safa
- 1 bolli matarsódi
- 1 bolli Sykur
- 1/2 bolli sítrónusýra
- 5 g akasíugúmmí
- Vatn

LEIÐBEININGAR:
- ☑ Mælið allt hráefni í skál.
- ☑ Vinnið blönduna með höndunum þar til hún hefur fengið sandáferð.
- ☑ Mótið kúlur úr blöndunni og setjið í mót.
- ☑ Takið úr mold, geymið síðan í kæli eða á borði í loftþéttu íláti.

42. Piña Colada sprengja

GERÐ: 10 sprengjur

HRÁEFNI:
- 1 rjómi af kókos
- ¾ bolli ananassafi
- 3 matskeiðar lime safi
- 1/2 bolli sítrónusýra
- 1 bolli Sykur
- 5 g akasíugúmmí
- 1/4 matarsódi
- Vatn

LEIÐBEININGAR:
- ☑ Mælið allt hráefni í skál.
- ☑ Vinnið blönduna með höndunum þar til hún hefur fengið sandáferð.
- ☑ Mótið kúlur úr blöndunni og setjið í mót.

43. Ananas Guava

GERÐ: 10 sprengjur

Hráefni:
- 4 aura af Guava safa
- 4 aura Coconut LaCroix
- 4 aura af ananassafa
- Safi úr 2 lime
- 1/2 bolli sítrónusýra
- 1 bolli matarsódi
- 1 bolli Sykur
- 5 g akasíugúmmí
- Vatn

LEIÐBEININGAR:
- ☑ Mælið allt hráefni í skál.
- ☑ Vinnið blönduna með höndunum þar til hún hefur fengið sandáferð.
- ☑ Mótið kúlur úr blöndunni og setjið í mót.
- ☑ Berið fram með 3 aura af Coconut Vodka.

44. Fizzy kryddaður bjórsprengja

GERÐ: 4 sprengjur

Hráefni:
- 1 1/2 tsk reykt paprika
- 1 tsk Worcestershire sósa
- 3 matskeiðar chiliduft
- 1/2 tsk Mesquite Lime sjávarsalt
- 2 tsk sítrónusýra, matarháð
- 1 tsk heit sósa

LEIÐBEININGAR:
- ☑ Blandið saman papriku, chilidufti, lime sjávarsalti og sítrónusýru í blöndunarskál.
- ☑ Bætið við skvettu eða tveimur af Worcestershire sósu og heitri sósu og blandið síðan saman.
- ☑ Settu 1 1/2 matskeið í 2 matskeiðar af blöndunni í sílikonmót. Þrýstu þétt niður.
- ☑ Frystið gossprengjur af bjór í 4-6 klukkustundir, þakið.
- ☑ Berið fram með bjórglasi.

45. Bellini kinnalitur

GERÐ: 10 sprengjur

HRÁEFNI:
- 5 aura ferskjumauk
- 1/2 bolli sítrónusýra
- 5 aura af einföldu sírópi
- Vatn
- 1 bolli matarsódi
- 1 bolli Sykur
- 5 g akasíugúmmí

LEIÐBEININGAR:
- ☑ Mælið allt hráefni í skál.
- ☑ Vinnið blönduna með höndunum þar til hún hefur fengið sandáferð.
- ☑ Mótið kúlur úr blöndunni og setjið í mót.

46. Lavender Lush sprengja

GERÐ: 10 sprengjur

HRÁEFNI:
FYRIR ENGIFUR OG LAVENDER SÍRÓP:
- 1 bolli hvítur sykur
- ½ bolli vatn
- 4 aura ferskt engifer, hreinsað
- 2 tsk þurrkaður ætan lavender, mulinn

FYRIR LAVENDER LUSH BOMB:
- 1 bolli matarsódi
- 1 bolli Sykur
- 1/2 bolli sítrónusýra
- 5 g akasíugúmmí

LEIÐBEININGAR
FYRIR ENGIFUR OG LAVENDER SÍRÓP:
- ☑ Setjið hráefnin fyrir engifer og lavender síróp í litla pönnu og látið suðuna koma upp.
- ☑ Látið malla í 10 mínútur.
- ☑ Sigtið og fargið engifermassanum.

FYRIR LAVENDER LUSH BOMB:
- ☑ Blandið saman sykri, sítrónusýru og matarsóda í skál.
- ☑ Bætið við akasíugúmmíi og lavendersírópi.
- ☑ Vinnið blönduna með höndunum þar til hún hefur fengið sandáferð.
- ☑ Mótið kúlur úr blöndunni og setjið í mót.
- ☑ Berið sprengjuna fram í kældu vodka, ístei eða vatni.

47. Hangover kolsprengja

GERÐ: 10 sprengjur

HRÁEFNI:
- 6 aura af ferskum appelsínusafa
- 1/4 bolli hlynsíróp
- 6 aura af ferskum sítrónusafa
- Vatn
- 1 tsk Nýrifinn engifer
- 1 tsk virk kol
- 1/2 bolli sítrónusýra
- 1 bolli matarsódi
- 1 bolli Sykur
- 5 g akasíugúmmí

LEIÐBEININGAR:
- ☑ Vinnið allt saman með höndunum þar til blandan hefur orðið að sandi.
- ☑ Mótið kúlur úr blöndunni og setjið í mót.

48. Limoncello Fizzer

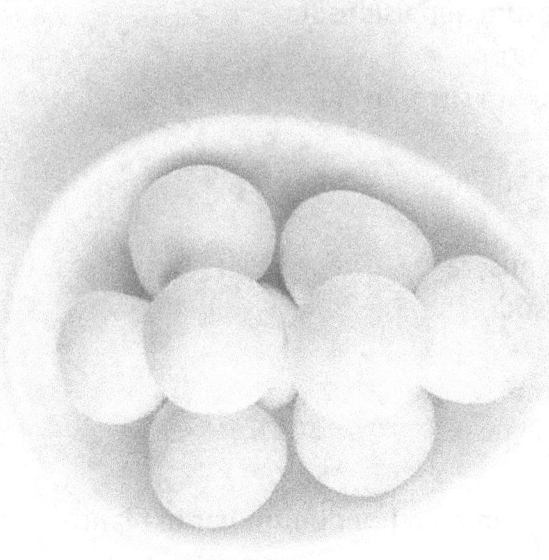

GERÐ: 10 sprengjur

HRÁEFNI:
- 8 aura af nýkreistum sítrónusafa
- 6 aura oleo Saccharum (sykur-olíu blanda)
- 1/2 bolli sítrónusýra
- 1 bolli matarsódi
- 1 bolli Sykur
- 5 g akasíugúmmí
- Vatn

LEIÐBEININGAR:
- ☑ Mælið allt hráefni í skál.
- ☑ Notaðu nóg vatn, blandaðu saman með höndum þínum þar til blandan líkist sandi.
- ☑ Mótið kúlur úr blöndunni og setjið í mót.
- ☑ Þetta passar vel með gini eða vodka.

49. Gamaldags

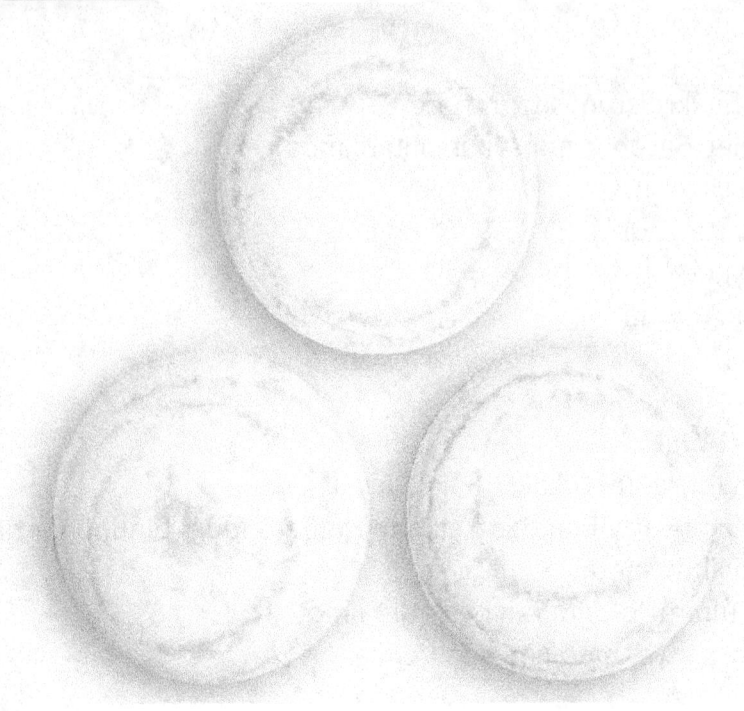

GERÐ: 10 sprengjur

HRÁEFNI:
- 2 aura bygg te
- 1/2 bolli Vatn
- 1/2 bolli sítrónusýra
- Safi úr 1 appelsínu
- 10 aura Angostura bitur
- 1 bolli matarsódi
- 1 bolli Sykur
- 5 g akasíugúmmí
- Klípa Gull ljóma

LEIÐBEININGAR
FYRIR TE:
- ☑ Hellið vatninu í könnu.
- ☑ Bætið tepokanum við.
- ☑ Geymið í kæli í 2 klukkustundir og fargið síðan tepokanum.

FYRIR sprengjuna:
- ☑ Blandið þurrefnunum saman í skál; Sítrónusýra, matarsódi, sykur, akasíugúmmí og gullgljái.
- ☑ Bætið beiskjunni, appelsínusafanum og teinu út í og vinnið síðan blönduna með höndunum þar til hún líkist sandi.
- ☑ Mótið kúlur úr blöndunni og setjið í mót.

50. Bubblegum sprengja

GERÐ: 10 sprengjur

HRÁEFNI:
- Fyrir kúlusírópið:
- 2 bollar vatn
- 1 bolli kornsykur
- 12 stykki tyggjó

FYRIR sprengjuna:
- 1/2 bolli sítrónusýra
- 5 g akasíugúmmí
- 1 bolli matarsódi

LEIÐBEININGAR
FYRIR BUBLEGUM Sírópið:
- ☑ Blandið saman sykri og vatni í meðalstórum potti og látið suðuna koma upp.
- ☑ Lækkið hitann að suðu og hrærið tyggjóinu út í.
- ☑ Látið malla í 10 mínútur eða þar til það fer að þykkna.
- ☑ Takið af hitanum og sigtið sírópið. Kælið til að kólna alveg.

FYRIR BUBBLEGUM BOMBAN:
- ☑ Blandið þurrefnunum saman í skál; Sítrónusýra, matarsódi og Gum acacia.
- ☑ Bætið kúlusírópinu út í og vinnið blönduna með höndunum.
- ☑ Mótið kúlur úr blöndunni og setjið í mót.

51. Afmælis kaka

GERÐ: 10 sprengjur

HRÁEFNI:
- 16 aura vanillukremsgos
- Vatn
- 1/2 bolli sítrónusýra
- ¼ bollar kaffirjómaþurrkur
- 1 bolli Púðursykur
- 1 bolli matarsódi
- 5 g akasíugúmmí
- Bleikur matarlitur
- Þeyttur rjómi og strá til skrauts

LEIÐBEININGAR:
- ☑ Mælið allt hráefni, nema þeytta rjómann og stráið, í skál.
- ☑ Vinnið blönduna með höndunum þar til hún hefur fengið sandáferð.
- ☑ Mótið kúlur úr blöndunni og setjið í mót.
- ☑ Skreytið með þeyttum rjóma og strái.

52. Bee's knees

GERÐ: 10 sprengjur

HRÁEFNI:
- 8 aura af sítrónusafa, nýkreistur
- 1/2 bolli sítrónusýra
- 4 aura hunang
- 1 bolli matarsódi
- 1 bolli Sykur
- 5 g akasíugúmmí
- Vatn

LEIÐBEININGAR:
- ☑ Mælið allt hráefni í skál.
- ☑ Vinnið blönduna með höndunum þar til hún hefur fengið sandáferð.
- ☑ Mótið kúlur úr blöndunni og setjið í mót.

53. Berry Smash

GERÐ: 10 sprengjur

HRÁEFNI:
- 4 aura af nýkreistum lime safa
- 4 aura af stevia einföldu sírópi
- 1/2 bolli sítrónusýra
- 4 aura af hindberjasírópi
- 4 aura af Blackberry sírópi
- 1 bolli Sykur
- 1 bolli matarsódi
- 5 g akasíugúmmí
- Vatn

LEIÐBEININGAR:
- ☑ Mælið allt hráefni í skál.
- ☑ Vinnið blönduna með höndunum þar til hún hefur fengið sandáferð.
- ☑ Mótið kúlur úr blöndunni og setjið í mót.
- ☑ Berið fram með Gin.

54. Jarðarber basil Mojito

GERÐ: 10 sprengjur

HRÁEFNI:
- Safi úr 1 lime
- 4 aura af Mint sírópi
- 1/2 bolli sítrónusýra
- 4 aura af basil sírópi
- 4 aura af jarðarberjasírópi
- 1/4 bolli stevia einfalt síróp
- 1 bolli Sykur
- 1 bolli matarsódi
- 5 g akasíugúmmí
- Vatn

LEIÐBEININGAR:
- ☑ Mælið allt hráefni í skál.
- ☑ Vinnið blönduna með höndunum þar til hún hefur fengið sandáferð.
- ☑ Mótið kúlur úr blöndunni og setjið í mót.
- ☑ Berið fram með rommi.

55. Greipaldin Crush

GERÐ: 10 sprengjur

HRÁEFNI:
- 6 aura af nýkreistum lime safa
- 5 g akasíugúmmí
- Vatn
- 3 aura af stevia einföldu sírópi
- 1 bolli Sykur
- 1/2 bolli sítrónusýra
- 6 aura af nýkreistum greipaldinsafa
- 1 bolli matarsódi

LEIÐBEININGAR:
- ☑ Mælið allt hráefni í skál.
- ☑ Vinnið blönduna með höndunum þar til hún hefur fengið sandáferð.
- ☑ Mótið kúlur úr blöndunni og setjið í mót.
- ☑ Berið fram með Tequila.

56. Peaches n' Cream Bombs

GERÐ: 6 sprengjur

HRÁEFNI:
FERSKJUSKEL
- 1/2 bolli rautt nammi bráðnar, brætt
- 2 bollar þungur rjómi
- 1 tsk vanillu
- 1/2 bolli bleikt nammi bráðnar, brætt
- 2 bollar gult nammi bráðnar, brætt
- Þeyttur rjómi
- 1/2 bolli appelsínu nammi bráðnar, brætt
- 1 bolli flórsykur

FYLLING
- 2 matskeiðar smjör
- 3 bollar ferskjur, sneiddar
- 1 vanillustöng
- 1 súkkulaðikaka, skorin í sneiðar

LEIÐBEININGAR
FERSKJUSKEL:
- Notaðu rauða, appelsínugula og bleika sælgætisbræðslu til að bursta og punkta hliðarnar á 2 tommu kringlótt sílikonmótum.
- Eftir að hafa leyft sér að stilla í tvær mínútur skaltu bæta við gulu sælgætisbræðslunni til að mynda skel.
- Látið blönduna stífna að hluta áður en mótunum er snúið við og hinu aukalega hellt út í.
- Setjið í ísskáp í um það bil 10 mínútur.

ÞEYTTUR RJÓMI:
- Byrjaðu að blanda rjómanum og sykrinum saman í skálinni með hrærivél.
- Þeytið þar til fastir toppar birtast.
- Blandið saman við vanillu.

FYLLING
- Steikið ferskjurnar og vanillustöngina í smjöri á pönnu við meðalhita þar til þær byrja að mýkjast.

- ☑ Látið það kólna og hellið svo smá ferskjufyllingu í súkkulaðiskeljarnar, fyllið þær tvo þriðju hluta af leiðinni með þeyttum rjóma og bætið svo súkkulaðiköku „pit" ofan á.
- ☑ Látið standa í 15 mínútur til að harðna í frysti.
- ☑ Taktu mótið í sundur.
- ☑ Festu hlutana tvo með því að þrýsta þeim saman eftir að hafa sett bleikan sælgætisbræðsluhring utan um ytra byrðina.
- ☑ Stillið í 15 mínútur.

57. Bláberjasprengjur

GERÐ: 6 sprengjur

HRÁEFNI:
Bláberja GLÆS:
- 1/4 bolli vatn
- 1 1/2 bollar bláber
- 1/4-eyri pakki af gelatíndufti
- 1 matskeið hunang
- 2 matskeiðar sykur
- 2 tsk ferskur sítrónusafi

Bláberjaskel
- 3 bollar bláar súkkulaðidiskar, bráðnar

ÞEYTTUR RJÓMI
- 2 bollar þungur rjómi
- 1 bolli flórsykur
- 1 tsk vanillu

LEIÐBEININGAR
Bláberja GLÆS:
- ☑ Stráið gelatínduftinu yfir vatnið og látið standa í fimm mínútur.
- ☑ Yfir miðlungshita, hitið bláber, hunang, sykur og sítrónusafa að suðu í potti.
- ☑ Látið malla þar til sykurinn leysist upp.
- ☑ Bætið gelatínvatninu út í og þeytið í um það bil 3 mínútur, eða þar til það er uppleyst.
- ☑ Leyfið því að kólna aðeins áður en því er hellt í hálfkúluform úr sílikon.
- ☑ Kældu í 1 klukkustund.

Bláberjaskel:
- ☑ Fylltu botn og hliðar tveggja tommu sílikonforma með bláum súkkulaðidiskum.
- ☑ Látið standa í smá stund, snúið svo mótunum á hvolf til að hella út aukahlutnum.
- ☑ Setjið í ísskáp í um það bil 10 mínútur.

ÞEYTTUR RJÓMI:

- ☑ Blandið saman sykrinum og þungum rjómanum.
- ☑ Blandið vanillu saman við eftir að rjóminn hefur verið þeyttur þar til stífir toppar myndast.
- ☑ Setjið smá hring af bláberjagelee ofan á þeytta rjómann eftir að hafa fyllt súkkulaðiskeljarnar tvo þriðju hluta leiðarinnar.
- ☑ Sett í frysti í klukkutíma.
- ☑ Taktu mótið í sundur.
- ☑ Festu hlutana tvo með því að þrýsta þeim saman eftir að hafa sett hring af bláu súkkulaði utan um ytra byrðina.
- ☑ Þrýstið létt á miðju toppinn á bláberjunum til að mynda toppinn á bláberjunum með því að dýfa pínulitlu blómlaga kökuformi í bráðið blátt súkkulaði.
- ☑ Hvíldu við stofuhita í 15 mínútur.

58. Agúrka Mint Twist

GERÐ: 10 sprengjur

HRÁEFNI:
- 1/4 bolli af nýkreistum sítrónusafa
- 1/2 únsa stevia einfalt síróp
- Gúrkusíróp
- Myntu síróp
- 1 bolli Sykur
- 1/2 bolli sítrónusýra
- 1 bolli matarsódi
- 5 g akasíugúmmí
- Vatn

LEIÐBEININGAR:
- ☑ Mælið allt hráefni í skál.
- ☑ Vinnið blönduna með höndunum þar til hún hefur fengið sandáferð.
- ☑ Mótið kúlur úr blöndunni og setjið í mót.
- ☑ Berið fram með Gin.

59. Bómullarnammi glimmersprengjur

GERIR: 1 sprengju

HRÁEFNI:
- Bómullarkonfekt
- Ætandi glimmer eða ljóma ryk

LEIÐBEININGAR:
- ☑ Taktu handfylli af bómullarefni og myndaðu inndrátt í miðjuna.
- ☑ Stráið smá gljáandi ryki í miðjuna.
- ☑ Rúllaðu bómullinni í kúlu, lokaðu ljóma rykinu í miðjunni.
- ☑ Þegar það er tilbúið til notkunar skaltu setja það í glas og toppa það með uppáhalds kolsýrða drykknum þínum og horfa á hann leysast upp.
- ☑ Hrærðu í því og njóttu.

60. Koolaid sprengjur

GERÐ: 20 sprengjur

HRÁEFNI:
- 1/3 bolli matarsódi
- 1/4 bollar maíssterkju
- 1/2 bolli flórsykur
- 1/4 bolli sítrónusýra
- 1-2 pakkar af Kool-Aid
- 1-2 pakkar af poppsteinum
- vatn
- strá

LEIÐBEININGAR:
- ☑ Blandið matarsóda, maíssterkju, flórsykri, sítrónusýru og Kool-Aid saman í blöndunarskál.
- ☑ Notaðu hendurnar, blandaðu vatninu út í og þurrkaðu innihaldsefnin þar til blandan líkist sandi.
- ☑ Kasta í nokkra pakka af poppsteinum og strái.
- ☑ Rúllið blöndunni í kúlur og setjið þær í mót.

61. Karamellu eplasprengjur

GERÐ: 3 sprengjur

HRÁEFNI:
- Salt karamellu nammi bráðnar, brætt
- Pakki af Apple Cider drykkjarblöndu

BÚNAÐUR:
- XL hálfkúlu sílikonmót

LEIÐBEININGAR:
- ☑ Fylltu sílikonformin hálfa leið með bræddu súkkulaði.
- ☑ Kælið eða frystið í 10-15 mínútur, eða þar til auðvelt er að fjarlægja þær.
- ☑ Takið súkkulaðið varlega úr forminu.
- ☑ Bætið eplasafi drykkjarblöndu við einn súkkulaðihelming.
- ☑ Hitið disk í örbylgjuofni í um það bil 15 sekúndur.
- ☑ Taktu hinn súkkulaðihelminginn, skiptu honum í tvennt og settu opna endann á heita plötuna í nokkrar sekúndur til að bræða súkkulaðið.
- ☑ Tengdu tvo helminga súkkulaðsins saman og lokaðu þeim saman.
- ☑ Dreypið bræddu súkkulaði yfir og setjið til hliðar til að þorna.
- ☑ Settu eplasprengjuna í botninn á krús og toppaðu hana með 6 aura af sjóðandi vatni.
- ☑ Hrærið vel saman.

62. Candy floss sprengja

GERÐ: 10 sprengjur

HRÁEFNI:
- 800 g sykur
- 240ml maíssíróp
- 240ml vatn
- ¼ teskeið salt
- 1 tsk hindberjaþykkni
- 2 dropar af matarlit
- Gljáandi ryk

LEIÐBEININGAR:
- ☑ Blandið saman sykri, maíssírópi, vatni og salti í stórum, þungum potti yfir miðlungshita.
- ☑ Hrærið sykurinn þar til hann bráðnar.
- ☑ Flyttu vökvann í hitaþolið ílát.
- ☑ Hrærið vel eftir að þykkni og matarlit hefur verið bætt við.
- ☑ Sveifðu þeytaranum fram og til baka á meðan honum er haldið yfir smjörpappírinn þannig að litlir sykurþræðir falli á pappírinn. Leyfið því að kólna.
- ☑ Taktu fullt af sælgætisþráðum og stráðu smá ljóma ryki í miðjuna.
- ☑ Myndaðu kúlu úr nammið og þrýstu ljómarykinu í miðjuna.

63. Azalea sprengja

GERÐ: 10 sprengjur

HRÁEFNI:
- 3/4 aura lime safi
- 3/4 únsa ananassafi
- 4 strik grenadín
- 1/2 bolli sítrónusýra
- 1 bolli matarsódi
- 5 g akasíugúmmí
- Vatn

LEIÐBEININGAR:
- ☑ Mælið allt hráefni í skál.
- ☑ Vinnið blönduna með höndunum þar til hún hefur fengið sandáferð.
- ☑ Mótið kúlur úr blöndunni og setjið í mót.

64. Mango batida sprengja

GERÐ: 10 sprengjur

HRÁEFNI:
- 1/4 bolli appelsínusafi
- 2 1/4 aura af mangósafa
- 1/2 bolli sítrónusýra
- 1 bolli matarsódi
- 1 bolli Sykur
- 5 g akasíugúmmí
- Klípa Gull ljóma
- Vatn

LEIÐBEININGAR:
- ☑ Mælið allt hráefni í skál.
- ☑ Vinnið blönduna með höndunum þar til hún hefur fengið sandáferð.
- ☑ Mótið kúlur úr blöndunni og setjið í mót til að stífna.
- ☑ Takið úr mold, geymið síðan í kæli eða á borði í loftþéttu íláti.

65. Frost trönuberjabomba

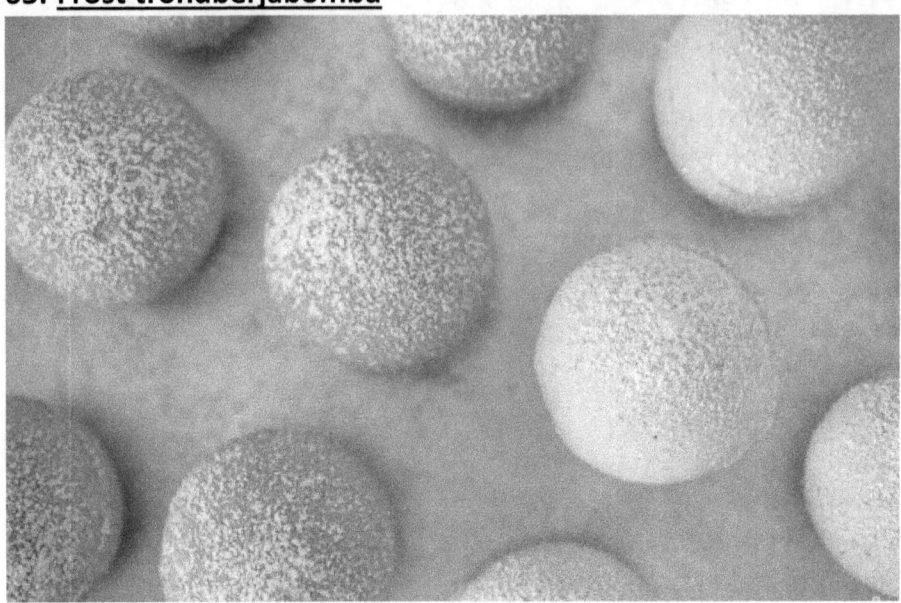

GERÐ: 10 sprengjur

HRÁEFNI:
- 3/4 bolli trönuberjasafi
- Sykursætt trönuber, ruglað
- Vatn
- 1/2 bolli sítrónusýra
- 1 bolli matarsódi
- 1 bolli Sykur
- 5 g akasíugúmmí
- Klípa Gull ljóma

LEIÐBEININGAR:
- ☑ Mælið allt hráefni í skál.
- ☑ Vinnið blönduna með höndunum þar til hún hefur fengið sandáferð.
- ☑ Mótið kúlur úr blöndunni og setjið í mót til að stífna.
- ☑ Takið úr mold, geymið síðan í kæli eða á borði í loftþéttu íláti.

66. Blá hindberjabomba

GERÐ: 10 sprengjur

HRÁEFNI:
- 2 aura límonaðiduft
- Vatn
- 2 aura af hindberjasírópi
- 1/2 bolli sítrónusýra
- 1 bolli matarsódi
- 1 bolli Sykur
- 5 g akasíugúmmí
- Klípa Gull ljóma

LEIÐBEININGAR:
- ☑ Hrærið saman límonaðidufti og vatni í stórri skál þar til límonaðiduftið leysist upp. Bætið hinum hráefnunum við.
- ☑ Vinnið blönduna með höndunum þar til hún hefur fengið sandáferð.
- ☑ Búið til kúlur úr blöndunni og setjið þær í mót til að stífna.
- ☑ Takið úr mold, geymið síðan í kæli eða á borði í loftþéttu íláti.

67. Hindberjaappelsínubomba

GERÐ: 10 sprengjur

HRÁEFNI:
- 1/4 bolli hindberjasíróp
- Safi úr 1 lime
- Safi úr 1 miðlungs appelsínu
- 1/2 bolli sítrónusýra
- 1 bolli matarsódi
- Vatn
- 1 bolli Sykur
- 5 g akasíugúmmí

LEIÐBEININGAR:
- ☑ Mælið allt hráefni í skál.
- ☑ Vinnið blönduna með höndunum þar til hún hefur fengið sandáferð.
- ☑ Mótið kúlur úr blöndunni og setjið í mót til að stífna.
- ☑ Takið úr mold, geymið síðan í kæli eða á borði í loftþéttu íláti.

68. Sítrónusprengja

GERÐ: 10 sprengjur

HRÁEFNI:
FYRIR Sítrónusykurinn
- Börkur af 1 sítrónu
- 1/2 bolli kornsykur

FYRIR SPRENGJU
- 1 ½ msk einfalt síróp
- Vatn
- 1 bolli matarsódi
- Safi úr 1/2 stórri sítrónu
- 1 bolli Sykur
- 1/2 bolli sítrónusýra
- 5 g akasíugúmmí

LEIÐBEININGAR:
- ☑ Bætið sykri á disk og nuddið berkinum inn í sykurinn með fingrunum þar til hann er ilmandi og gulur.
- ☑ Bætið öllu hráefninu í skál.
- ☑ Vinnið blönduna með höndunum þar til hún hefur fengið sandáferð.
- ☑ Mótið kúlur úr blöndunni og setjið í mót til að stífna.
- ☑ Takið úr mold, geymið síðan í kæli eða á borði í loftþéttu íláti.

69. Cosmo sprengja

GERÐ: 10 sprengjur

HRÁEFNI:
- 10 ml sykurskertur trönuberjasafi
- 1/2 bolli sítrónusýra
- 5 ml appelsínusafi
- Vatn
- 5 ml nýkreistur lime safi
- 1 bolli matarsódi
- 1 bolli Sykur
- 5 g akasíugúmmí

LEIÐBEININGAR:
- ☑ Mælið allt hráefni í skál.
- ☑ Vinnið blönduna með höndunum þar til hún hefur fengið sandáferð.
- ☑ Mótið kúlur úr blöndunni og setjið í mót til að stífna.
- ☑ Takið úr mold, geymið síðan í kæli eða á borði í loftþéttu íláti.

70. Peacharita sprengja

GERÐ: 10 sprengjur

HRÁEFNI:
- ½ únsa agavesíróp
- 1-2 aura af fersku ferskjamauki
- Vatn
- 1 bolli matarsódi
- ¾ únsa nýkreistur lime safi
- 5 g akasíugúmmí
- 1/2 bolli sítrónusýra
- 1 bolli Sykur

LEIÐBEININGAR:
- ☑ Mælið allt hráefni í skál.
- ☑ Vinnið blönduna með höndunum þar til hún hefur fengið sandáferð.
- ☑ Mótið kúlur úr blöndunni og setjið í mót til að stífna.
- ☑ Takið úr mold, geymið síðan í kæli eða á borði í loftþéttu íláti.

71. Ástríðufellibylssprengja

GERÐ: 10 sprengjur

HRÁEFNI:
- 2 bollar af ástríðusafa
- Vatn
- 3/4 bolli af lime safa
- 3 matskeiðar af grenadíni
- 1/2 bolli sítrónusýra
- 1 bolli auk 2 matskeiðar af sykri
- 1 bolli matarsódi
- 5 g akasíugúmmí

LEIÐBEININGAR:
- ☑ Mælið allt hráefni í skál.
- ☑ Vinnið blönduna með höndunum þar til hún hefur fengið sandáferð.
- ☑ Mótið kúlur úr blöndunni og setjið í mót til að stífna.
- ☑ Takið úr mold, geymið síðan í kæli eða á borði í loftþéttu íláti.

72. Michelada sprengja

GERÐ: 10 sprengjur

HRÁEFNI:
- 6 sneiðar af heitri sósu
- 3 klattar af sojasósu
- 1-3 klattar af Worcestershire sósu
- ¼-⅓ bolli af limesafa
- 1/2 bolli sítrónusýra
- 1 bolli matarsódi
- 1 bolli Sykur
- 5 g akasíugúmmí

LEIÐBEININGAR:
- ☑ Mælið allt hráefni í skál.
- ☑ Vinnið blönduna með höndunum þar til hún hefur fengið sandáferð.
- ☑ Mótið kúlur úr blöndunni og setjið í mót til að stífna.
- ☑ Takið úr mold, geymið síðan í kæli eða á borði í loftþéttu íláti.

73. Zombie kokteilsprengja

GERÐ: 10 sprengjur

HRÁEFNI:
- 1/2 bolli sítrónusýra
- 2 aura af papaya safa
- 2 aura af lime safa
- Vatn
- 2 aura af ananassafa
- 1 bolli matarsódi
- 1 bolli Ofurfínn sykur
- 5 g akasíugúmmí

LEIÐBEININGAR:
- ☑ Mælið allt hráefni í skál.
- ☑ Vinnið blönduna með höndunum þar til hún hefur fengið sandáferð.
- ☑ Mótið kúlur úr blöndunni og setjið í mót til að stífna.
- ☑ Takið úr mold, geymið síðan í kæli eða á borði í loftþéttu íláti.

74. Sazerac sprengja

GERÐ: 10 sprengjur

HRÁEFNI:
- 2 skvísur af Angostura bitters
- 3 strokur af Peychaud's bitters
- 1/2 bolli sítrónusýra
- 5 g akasíugúmmí
- 1 bolli matarsódi
- Vatn
- 1 bolli Ofurfínn sykur

LEIÐBEININGAR:
- ☑ Mælið allt hráefni í skál.
- ☑ Vinnið blönduna með höndunum þar til hún hefur fengið sandáferð.
- ☑ Mótið kúlur úr blöndunni og setjið í mót til að stífna.
- ☑ Takið úr mold, geymið síðan í kæli eða á borði í loftþéttu íláti.

75. Mangómúli

GERÐ: 10 sprengjur

HRÁEFNI:
- 6 aura af gúrkusírópi
- 4 aura af hunangssírópi
- 1,5 aura mangómauk
- 1,5 aura af ferskum lime safa
- Vatn
- 1/2 bolli sítrónusýra
- 1 bolli matarsódi
- 1 bolli Ofurfínn sykur
- 5 g akasíugúmmí

LEIÐBEININGAR:
- ☑ Drullaðu agúrku og hunangssírópi.
- ☑ Bætið mangómaukinu og limesafanum út í og blandið kröftuglega saman.
- ☑ Bætið öllu öðru hráefni við.
- ☑ Vinnið blönduna með höndunum þar til hún hefur fengið sandáferð.
- ☑ Mótið kúlur úr blöndunni og setjið í mót til að stífna.
- ☑ Takið úr mold, geymið síðan í kæli eða á borði í loftþéttu íláti.

76. Citrus Fizz

GERÐ: 10 sprengjur

HRÁEFNI:
- 1,75 aura Seedlip Grove 42
- 0,75 aura lífrænt marmelaði
- Vatn
- 1/2 bolli sítrónusýra
- 1 bolli matarsódi
- 1 bolli Ofurfínn sykur
- 5 g akasíugúmmí

LEIÐBEININGAR:
- ☑ Mælið allt hráefni í skál.
- ☑ Vinnið blönduna með höndunum þar til hún hefur fengið sandáferð.
- ☑ Mótið kúlur úr blöndunni og setjið í mót til að stífna.
- ☑ Takið úr mold, geymið síðan í kæli eða á borði í loftþéttu íláti.

77. Virgin agúrka sprengja

GERÐ: 10 sprengjur

HRÁEFNI:
- 4 aura af gúrkusírópi
- 1 bolli matarsódi
- 4 aura af einföldu sírópi
- 1/2 bolli sítrónusýra
- 1 bolli Ofurfínn sykur
- 4 aura af ferskum lime safa
- Vatn
- 5 g akasíugúmmí

LEIÐBEININGAR:
- ☑ Mælið allt hráefni í skál.
- ☑ Vinnið blönduna með höndunum þar til hún hefur fengið sandáferð.
- ☑ Mótið kúlur úr blöndunni og setjið í mót til að stífna.
- ☑ Takið úr mold, geymið síðan í kæli eða á borði í loftþéttu íláti.

78. Ritual eplasprengja

GERÐ: 10 sprengjur

HRÁEFNI:
- 2 aura af eplasafi eða eplasafa
- 1/2 bolli sítrónusýra
- 2 strika bitur
- Vatn
- Klípa kanil duft
- 1 bolli matarsódi
- 1 bolli Ofurfínn sykur
- 5 g akasíugúmmí

LEIÐBEININGAR:
- ☑ Mælið allt hráefni í skál.
- ☑ Vinnið blönduna með höndunum þar til hún hefur fengið sandáferð.
- ☑ Mótið kúlur úr blöndunni og setjið í mót til að stífna.
- ☑ Takið úr mold, geymið síðan í kæli eða á borði í loftþéttu íláti.

79. Shirley Ginger

GERÐ: 10 sprengjur

HRÁEFNI:
- 0,25 bolli grenadín
- Vatn
- 3 matskeiðar lime safi
- 1 bolli matarsódi
- 3 matskeiðar engifersíróp
- 5 g akasíugúmmí
- 1/2 bolli sítrónusýra
- 1 bolli Ofurfínn sykur

LEIÐBEININGAR:
- ☑ Mælið allt hráefni í skál.
- ☑ Vinnið blönduna með höndunum þar til hún hefur fengið sandáferð.
- ☑ Mótið kúlur úr blöndunni og setjið í mót til að stífna.
- ☑ Takið úr mold, geymið síðan í kæli eða á borði í loftþéttu íláti.
- ☑ Njóttu með glasi af Lemon Lime Ginger Beer.

80. Vatnsmelóna Margarita

GERÐ: 10 sprengjur

HRÁEFNI:
- 0,5 bolli vatnsmelónusafi
- 0,5 bollar ferskur lime safi
- 4 tsk agave
- Vatn
- 1/2 bolli sítrónusýra
- 1 bolli matarsódi
- 1 bolli Ofurfínn sykur
- 5 g akasíugúmmí

LEIÐBEININGAR:
- ☑ Mælið allt hráefni í skál.
- ☑ Vinnið blönduna með höndunum þar til hún hefur fengið sandáferð.
- ☑ Mótið kúlur úr blöndunni og setjið í mót til að stífna.
- ☑ Takið úr mold, geymið síðan í kæli eða á borði í loftþéttu íláti.

81. Berry Burlesque

GERÐ: 10 sprengjur

HRÁEFNI:
- 4 aura af lime safa
- 4 aura af hunangssírópi
- 4 aura af myntu sírópi
- 2 aura sólberjamauk
- Vatn
- 1/2 bolli sítrónusýra
- 1 bolli matarsódi
- 1 bolli Ofurfínn sykur
- 5 g akasíugúmmí

LEIÐBEININGAR:
- ☑ Mælið allt hráefni í skál.
- ☑ Vinnið blönduna með höndunum þar til hún hefur fengið sandáferð.
- ☑ Mótið kúlur úr blöndunni og setjið í mót til að stífna.
- ☑ Takið úr mold, geymið síðan í kæli eða á borði í loftþéttu íláti.
- ☑ Njóttu engiferbjórs

82. Lavender límonaði

GERÐ: 10 sprengjur

HRÁEFNI:
- 6 bollar vatn
- 0,5 bolli hunang
- 5 matskeiðar þurrkaður lavender
- 1 bolli ferskur sítrónusafi, síaður
- 1/2 bolli sítrónusýra
- 1 bolli matarsódi
- 1 bolli Ofurfínn sykur
- 5 g akasíugúmmí

LEIÐBEININGAR:
- ☑ Mælið allt hráefni í skál.
- ☑ Vinnið blönduna með höndunum þar til hún hefur fengið sandáferð.
- ☑ Mótið kúlur úr blöndunni og setjið í mót til að stífna.
- ☑ Takið úr mold, geymið síðan í kæli eða á borði í loftþéttu íláti.

83. Rosemary Blueberry Smash

GERÐ: 10 sprengjur

HRÁEFNI:
- 6 aura af bláberjasírópi
- 4 aura af hunangssírópi
- 4 aura ferskur sítrónusafi, síaður
- Vatn
- Klípa þurrkað rósmarín
- 1/2 bolli sítrónusýra
- 1 bolli matarsódi
- 1 bolli Ofurfínn sykur
- 5 g akasíugúmmí

LEIÐBEININGAR:
- ☑ Mælið allt hráefni í skál.
- ☑ Vinnið blönduna með höndunum þar til hún hefur fengið sandáferð.
- ☑ Mótið kúlur úr blöndunni og setjið í mót til að stífna.
- ☑ Takið úr mold, geymið síðan í kæli eða á borði í loftþéttu íláti.

84. Kókos-, gúrku- og myntusprengja

GERÐ: 10 sprengjur

HRÁEFNI:
- 3 aura af kókosvatni
- 3 aura af gúrkusírópi
- 3 aura af myntu sírópi
- 0,5 bolli af lime safa
- Vatn
- 1/2 bolli sítrónusýra
- 1 bolli matarsódi
- 1 bolli Ofurfínn sykur
- 5 g akasíugúmmí

LEIÐBEININGAR:
- ☑ Mælið allt hráefni í skál.
- ☑ Vinnið blönduna með höndunum þar til hún hefur fengið sandáferð.
- ☑ Mótið kúlur úr blöndunni og setjið í mót til að stífna.
- ☑ Takið úr mold, geymið síðan í kæli eða á borði í loftþéttu íláti.

85. Vatnsmelóna og myntusprengja

GERÐ: 10 sprengjur

HRÁEFNI:
- Vatn
- 1 matskeið vatnsmelónusíróp
- 1 matskeið lime safi
- 1 matskeið myntu síróp
- 1 matskeið jalapeño síróp
- 1/2 bolli sítrónusýra
- 1 bolli matarsódi
- 1 bolli Ofurfínn sykur
- 5 g akasíugúmmí

LEIÐBEININGAR:
- ☑ Mælið allt hráefni í skál.
- ☑ Vinnið blönduna með höndunum þar til hún hefur fengið sandáferð.
- ☑ Mótið kúlur úr blöndunni og setjið í mót til að stífna.
- ☑ Takið úr mold, geymið síðan í kæli eða á borði í loftþéttu íláti.

86. Sítrónugras- og jasmínsprengja

GERÐ: 10 sprengjur

HRÁEFNI:
- 1/4 bolli sítrónugrassíróp
- 1/4 bolli einfalt síróp
- 1/4 bolli sítrónu
- 4 aura af jasmín te
- 2 aura lychee safi
- Vatn
- 1/2 bolli sítrónusýra
- 1 bolli matarsódi
- 1 bolli Ofurfínn sykur
- 5 g akasíugúmmí

LEIÐBEININGAR:
- ☑ Mælið allt hráefni í skál.
- ☑ Vinnið blönduna með höndunum þar til hún hefur fengið sandáferð.
- ☑ Mótið kúlur úr blöndunni og setjið í mót til að stífna.
- ☑ Takið úr mold, geymið síðan í kæli eða á borði í loftþéttu íláti.

87. Bláberja Mojito

GERÐ: 10 sprengjur

HRÁEFNI:
- 2 aura af myntu sírópi
- 2 aura af bláberjasírópi
- 2 aura af lime safa
- 2 aura af einföldu sírópi
- Vatn
- 1/2 bolli sítrónusýra
- 1 bolli matarsódi
- 1 bolli Ofurfínn sykur
- 5 g akasíugúmmí

LEIÐBEININGAR:
- ☑ Mælið allt hráefni í skál.
- ☑ Vinnið blönduna með höndunum þar til hún hefur fengið sandáferð.
- ☑ Mótið kúlur úr blöndunni og setjið í mót til að stífna.
- ☑ Takið úr mold, geymið síðan í kæli eða á borði í loftþéttu íláti.

88. Virgin Paloma

GERÐ: 10 sprengjur

HRÁEFNI:
- 3 aura af lime safa
- 3 aura greipaldinsafi
- 3 aura agave síróp
- Vatn
- Hollt klípa af sjávarsalti
- 1/2 bolli sítrónusýra
- 1 bolli matarsódi
- 1 bolli Ofurfínn sykur
- 5 g akasíugúmmí

LEIÐBEININGAR:
- ☑ Mælið allt hráefni í skál.
- ☑ Vinnið blönduna með höndunum þar til hún hefur fengið sandáferð.
- ☑ Mótið kúlur úr blöndunni og setjið í mót til að stífna.
- ☑ Takið úr mold, geymið síðan í kæli eða á borði í loftþéttu íláti.

89. Wildcat Cooler

GERÐ: 10 sprengjur

HRÁEFNI:
- 1 bolli bláberjasíróp
- Vatn
- 1 bolli sykur
- 1 sítróna, safi
- 1/2 bolli sítrónusýra
- 1 bolli matarsódi
- 5 g akasíugúmmí
- Klípa Gull ljóma

LEIÐBEININGAR:
- ☑ Blandið saman bláberjum, sykri og vatni í stórum potti. Látið suðuna koma upp.
- ☑ Látið malla við lægri hita í 15 mínútur.
- ☑ Notaðu fínt sigti til að skilja agnir safans frá safanum og settu síðan föst efni til hliðar.
- ☑ Blandið þurrefnunum saman í skál, þar á meðal akasíugúmmí, matarsóda, sykri og sítrónusýru.
- ☑ Bætið bláberjablöndunni saman við og stappið hráefnin saman með fingurgómunum þar til þau líkjast sandi.
- ☑ Mótið kúlur úr blöndunni og setjið þær í mót.

90. Ananas engifer bjórsprengja

GERÐ: 10 sprengjur

HRÁEFNI:
- Vatn
- 1 bolli matarsódi
- 4 aura af ananassafa
- 4 aura af engifersírópi
- 4 aura af nýkreistum lime safa
- 1/2 bolli sítrónusýra
- 1 bolli Ofurfínn sykur
- 5 g akasíugúmmí

LEIÐBEININGAR:
- ☑ Mælið allt hráefni í skál.
- ☑ Vinnið blönduna með höndunum þar til hún hefur fengið sandáferð.
- ☑ Mótið kúlur úr blöndunni og setjið í mót til að stífna.
- ☑ Takið úr mold, geymið síðan í kæli eða á borði í loftþéttu íláti.

91. Seedlip Spice & Tonic

GERÐ: 10 sprengjur

HRÁEFNI:
- 2 aura Seedlip Spice 94
- Tonic síróp eftir smekk
- Vatn
- Klípa stjörnuanís duft
- Klípa kanil duft
- 1/2 bolli sítrónusýra
- 1 bolli matarsódi
- 1 bolli Ofurfínn sykur
- 5 g akasíugúmmí

LEIÐBEININGAR:
- ☑ Mælið allt hráefni í skál.
- ☑ Vinnið blönduna með höndunum þar til hún hefur fengið sandáferð.
- ☑ Mótið kúlur úr blöndunni og setjið í mót til að stífna.
- ☑ Takið úr mold, geymið síðan í kæli eða á borði í loftþéttu íláti.

92. Ananas skósmiður

GERÐ: 10 sprengjur

HRÁEFNI:
- 4 aura af jarðarberjasafa
- 6 aura af ananassafa
- 1/2 bolli sítrónusýra
- 2 aura af lime safa
- 1 bolli matarsódi
- 1 bolli Ofurfínn sykur
- Vatn
- 5 g akasíugúmmí

LEIÐBEININGAR:
- ☑ Mælið allt hráefni í skál.
- ☑ Vinnið blönduna með höndunum þar til hún hefur fengið sandáferð.
- ☑ Mótið kúlur úr blöndunni og setjið í mót til að stífna.
- ☑ Takið úr mold, geymið síðan í kæli eða á borði í loftþéttu íláti.

93. Kaffi frá Tahítí

GERÐ: 10 sprengjur

HRÁEFNI:
- 2 aura af lime safa
- 1 bolli matarsódi
- 1/4 bolli einfalt síróp
- 1/4 bolli ástríðumauki
- 2 aura kalt bruggþykkni
- 3 aura hunangssíróp
- Vatn
- 2 aura guava mauk
- 1/2 bolli sítrónusýra
- 2 aura af appelsínusafa
- 1 bolli Ofurfínn sykur
- 5 g akasíugúmmí

LEIÐBEININGAR:
- ☑ Mælið allt hráefni í skál.
- ☑ Vinnið blönduna með höndunum þar til hún hefur fengið sandáferð.
- ☑ Mótið kúlur úr blöndunni og setjið í mót til að stífna.
- ☑ Takið úr mold, geymið síðan í kæli eða á borði í loftþéttu íláti.

94. Hné Raspberry Bee

GERÐ: 10 sprengjur

HRÁEFNI:
- Síað vatn
- 4 aura sítrónu
- 4 aura hunang
- 1/2 bolli sítrónusýra
- 4 aura af hindberjasírópi
- 1 bolli matarsódi
- 1 bolli Ofurfínn sykur
- 5 g akasíugúmmí

LEIÐBEININGAR:
- ☑ Mælið allt hráefni í skál.
- ☑ Vinnið blönduna með höndunum þar til hún hefur fengið sandáferð.
- ☑ Mótið kúlur úr blöndunni og setjið í mót til að stífna.
- ☑ Takið úr mold, geymið síðan í kæli eða á borði í loftþéttu íláti.

95. Pina Serrano Margarita

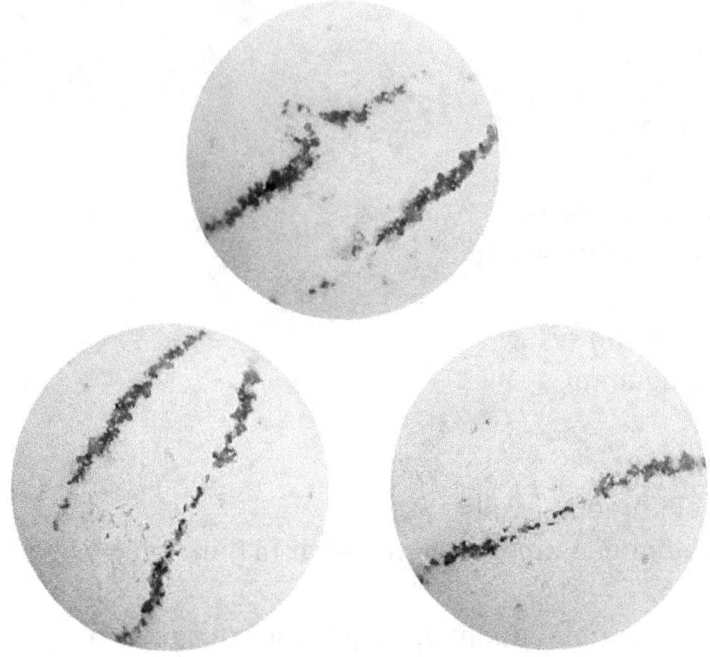

GERÐ: 10 sprengjur

HRÁEFNI:
- 6 aura af ananassafa
- 3 aura af lime safa
- Vatn
- 3 aura af einföldu sírópi
- Klípaðu Serrano chile duftið
- 1 bolli matarsódi
- 1 bolli Ofurfínn sykur
- 1/2 bolli sítrónusýra
- 5 g akasíugúmmí

LEIÐBEININGAR:
- ☑ Mælið allt hráefni í skál.
- ☑ Vinnið blönduna með höndunum þar til hún hefur fengið sandáferð.
- ☑ Mótið kúlur úr blöndunni og setjið í mót til að stífna.
- ☑ Takið úr mold, geymið síðan í kæli eða á borði í loftþéttu íláti.

96. Nopaloma sprengja

GERÐ: 10 sprengjur

HRÁEFNI:
- 6 aura af nýkreistum greipaldinsafa
- 1/2 bolli sítrónusýra
- 4 aura af nýkreistum lime safa
- 3 aura af agave nektar
- Vatn
- Klípa Salt
- 1 bolli matarsódi
- 1 bolli Ofurfínn sykur
- 5 g akasíugúmmí

LEIÐBEININGAR:
- ☑ Mælið allt hráefni í skál.
- ☑ Vinnið blönduna með höndunum þar til hún hefur fengið sandáferð.
- ☑ Mótið kúlur úr blöndunni og setjið í mót til að stífna.
- ☑ Takið úr mold, geymið síðan í kæli eða á borði í loftþéttu íláti.

97. Revitalizer sprengja

GERÐ: 10 sprengjur

HRÁEFNI:
- 5 aura gulrótarsafi
- Vatn
- 5 g akasíugúmmí
- 1 bolli matarsódi
- 8 aura af eplasafa
- 1/4 bolli engifersíróp
- 1/4 bolli lime safi
- 1/2 bolli sítrónusýra
- 1 bolli Ofurfínn sykur

LEIÐBEININGAR:
- ☑ Mælið allt hráefni í skál.
- ☑ Vinnið blönduna með höndunum þar til hún hefur fengið sandáferð.
- ☑ Mótið kúlur úr blöndunni og setjið í mót til að stífna.
- ☑ Takið úr mold, geymið síðan í kæli eða á borði í loftþéttu íláti.

98. Gossprengja Arnold Palmer

Gerir: 10 sprengjur

Hráefni:
- ½ bolli ofurfínn hreinn reyrsykur
- ½ bolli flórsykur
- 2 tsk matarsódi
- 1 ½ tsk svita te fljótandi vatnsbætir
- 1 ½ tsk límonaði fljótandi vatnsbætir
- 6 aura af sítrónu freyðivatni
- Bætið sítrónusneiðum við, til skrauts
- Sítrónusneiðar, til skrauts

BÚNAÐUR
- 2 litlar skálar
- 2 (1 teskeið) mál
- Ráður bakki
- Ís
- 12 aura gler

LEIÐBEININGAR:
- ☑ Blandið saman ofurfínum sykri, flórsykri og matarsóda í lítilli skál. Settu 2/3 bolli af blöndu í skál; blandaðu í sætt te fljótandi vatnsauka. Í 1/3 bolla blöndunni sem eftir er, hrærið límonaði vatnsbætandi út í. Báðar blöndurnar ættu að líkjast blautum sandi.
- ☑ Þrýstið blöndunni að öðrum kosti í 2 (1 tsk) ávölar mæliskeiðar, skilið eftir umfram ofan á skeiðunum. Hvolfið einni skeið ofan á hina. Þrýstið skeiðum saman og hristið létt.
- ☑ Fjarlægðu eina skeið og hvolfdu sprengjunni í hönd þína. Fjarlægðu skeiðina sem eftir er og settu sprengjuna á bakkann með brún. Endurtaktu með afganginum af blöndunni. Látið þorna í 4 klst áður en borið er fram. Geymið þakið við stofuhita í allt að 2 daga.
- ☑ Til að þjóna skaltu sameina sítrónu freyðivatn í 12 aura glasi. Bætið við 1 þurrkuðum sprengju; hrærið til að blanda vel saman. Bætið muldum ís í glasið.

99. Prosecco Rose

GERÐ: 10 sprengjur

HRÁEFNI:
- 8 aura rósavatn
- 8 aura elderflower vatn
- 1 bolli matarsódi
- Klípið lífræna búlgarska rósaknappa
- Klíptu ætilegt 24K gullryk
- 1/2 bolli sítrónusýra
- 1 bolli Sykur
- 5 g akasíugúmmí
- Vatn

LEIÐBEININGAR:
- ☑ Mælið allt hráefni í skál.
- ☑ Vinnið blönduna með höndunum þar til hún hefur fengið sandáferð.
- ☑ Mótið kúlur úr blöndunni og setjið í mót.
- ☑ Passar vel með freyðivíni eða Prosecco með skvettu af freyðigosi.

100. Ávaxtadrykkjarsprengjur

GERÐ: 6 sprengjur

HRÁEFNI:
- 1 lítil dós ávaxtakokteill, skorinn í teninga
- 2 grömm af agar í duftformi
- 1 matskeið sykur
- 2 tsk sítrónusafi
- 250ml vatn og ávaxtasíróp
- Jarðarber, smátt skorin
- Kiwi, smátt skorið
- Bláber, fínt skorin

LEIÐBEININGAR:
- ☑ Blandið saman agar, sykri, sítrónusafa, vatni og síropblöndunni í pott.
- ☑ Látið suðuna koma upp.
- ☑ Látið malla í 2 mínútur.
- ☑ Hellið í kringlótt ísmolaform.
- ☑ Slepptu bitum af ávöxtum í mót og helltu agarblöndunni ofan á.
- ☑ Smella formlokinu á sinn stað og kælið í um það bil 1 klukkustund.
- ☑ Setjið ávaxtasprengjur í einstök glös og berið fram með freyðivíni.

NIÐURSTAÐA

Við vonum að þú hafir haft gaman af þessu safni af heitum súkkulaðibombuuppskriftum og að þær hafi fært þér smá gleði og hlýju í líf þitt. Heitar súkkulaðisprengjur eru ekki bara ljúffengar heldur líka skemmtilegar að búa til og deila með öðrum og við vonum að þú hafir jafn gaman af því að búa til þær og við gerðum.

Hvort sem þú vilt frekar klassískt mjólkursúkkulaði, eða sérstæðari bragðtegundir eins og piparmyntu, saltkaramellu eða rautt flauel, þá er uppskrift í þessari matreiðslubók fyrir alla. Við höfum látið fylgja með skref-fyrir-skref leiðbeiningar og gagnlegar ábendingar til að tryggja að súkkulaðisprengjurnar þínar verði fullkomlega í hvert skipti.

Þakka þér fyrir að velja Hin Fullkomna Matreiðslubók Með Heitum Súkkulaðibombum Cookbook og við vonum að þessar uppskriftir verði fastur liður í eldhúsinu þínu yfir köldu vetrarmánuðina eða hvenær sem þú þarft smá uppskrift. Ekki gleyma að deila sköpun þinni með okkur á samfélagsmiðlum með #hotchocolatebombs!

www.ingramcontent.com/pod-product-compliance
Lightning Source LLC
LaVergne TN
LVHW021710060526
838200LV00050B/2585